வாழ்வும் பௌத்தமும்

ஆக்கம்:

சித்தார்த்தா கல்வி

மற்றும் அறக்கட்டளை

அறம்

பதிப்பகம்

வாழ்வும் பௌத்தமும்

சித்தார்த்தா கல்வி மற்றும் அறக்கட்டளை

முதல் பதிப்பு: நவம்பர் 2022

வெளியீட்டு எண்: 63

வெளியீடு: அறம் பதிப்பகம்

Vaazhvum Buthamum

Sidhartha Kalvi Matrum Arakattalai

First Edition: November, 2022

Published by: Aram Publication
Address: No. 3/582, Mullai street,
Kasthuribai nagar, Mullipattu village & post
Arani Taluk - 632 316
Tiruvannamalai Dt., Tamil Nadu.
Contact Cell No: 9150724997
e-mail: arampublication50@gmail.com

Designer: G. Murugan

Pages: 126

ISBN: 978-93-91480-36-3

பொருளடக்கம்

அணிந்துரை

புத்தர்பிரானின் நோக்கங்களையும் போதனைகளையும் எடுத்துச் சொல்லும் நோக்கத்துடன் ஏற்படுத்தப்பட்ட சித்தார்த்தா கல்வி அறக்கட்டளை வாழ்வும் பவுத்தமும் என்ற சிறந்த பயனுள்ள நூலை வெளியிட்டுள்ளது.

மானுடமும் சித்தார்த்தரும், தொன்மையியல் என்ற இரண்டு பகுதிகளாக நூல் அமைந்துள்ளது.

மானுடத்தின் உய்வுக்காகத் தன்னை அர்பணித்துக் கொண்ட புத்தர்பிரானின் உண்மை நோக்கம் அனைவருக்கும் உள்ளது உள்ளபடியே தெரிந்திருக்க வேண்டும். புத்தர் பெருமானை மக்கள் தங்கள் உண்மையான ஆசிரியராகக் கொண்டு வாழ்க்கை நடத்த வேண்டும் என்ற உயர்ந்த நோக்கத்தோடு இந்த நூலைச்சித்தார்த்தா அறக்கட்டளை வெளியிட்டுள்ளது பாராட்டத்தக்கது.

அரச குமாரராய்ப் பிறந்து அரசு போகத்தைத் துறந்து மனைவி மக்களைப் பிரிந்து காடடைந்து ஆறு ஆண்டுகள் கடுந்தவம் புரிந்து புத்த கயையயில் ஞானோதயம் அடைந்து 45 ஆண்டுகள் வட இந்தியாவின் பல பகுதிகளில் சுற்றுப்பயணம் செய்து தாம் கண்டறிந்த பேருண்மைகளைப் போதித்துப் பின்னர் மகா பரிநிர்வாணம் அடைந்த புத்தர்பிரானின் புகழும் உபதேசமும் உலகம் உள்ளவரை இருக்கும்.

புத்தர்பிரான் தோன்றிய நாட்டில் அவர் பாதங்கள் பதிந்த நாட்டில் நாம் வாழ்கிறோம் என்று நினைக்கும் போதே மனம் எல்லையற்ற இன்பம் அடைகிறது.

போரும், பூசலும் இல்லாத உலகை ஏற்படுத்தவும் சமாதானமாக வாழவும், உலகில் வாழும் எல்லா உயிர்களும் இன்ப வாழ்வை அடையவும், அவரது போதனைகள் மிகவும் உதவும்.

புத்தர் பெருமானுடைய கருத்தின்படி கடவுளைப் பற்றிய ஆராய்ச்சி செய்வதை விட மக்கள் தங்கள் மீது பரஸ்பர நம்பிக்கை வைக்கவும் தங்கள் வாழ்க்கையைக் கண்ணுக்குத் தெரியாத கடவுளிடம் அடமானம் வைக்காமல் நேரான

சிந்தனையில் செல்லவும், உள்ளதை உள்ளபடி நோக்கவும் விரும்பினார்.

புத்தநெறிப்படி பிறவிப் பெருங்கடலில் இருந்து நாம் முக்தி அடைய நாம் தான் பாடுபட வேண்டும். நமது முக்திக்கு நாமே பொறுப்பு. கடவுளோ, மதகுருமார்களோ, மதச்சடங்குகளோ நாம் முக்தி அடைய உதவ மாட்டா. மனதை தியானத்தால் அமைதிப்படுத்தவும் கட்டுப்படுத்தவும் முடியும். கட்டுப்படுத்தப்பட்ட மனத்தைப் போல ஒரு மனிதனுக்கு நன்மைகளைக் கொணர்வது வேறொன்றுமில்லை என்பதை "மனதைப் பண்படுத்துதல்" என்ற தலைப்பின் கீழ் இந்த நூலில் காண்கிறோம்.

தியானத்தின் பலனைப் பற்றி இந்த நூலில் கூறியுள்ளதாவது:

"தியானத்தின் மூலம் மகிழ்ச்சியான உறக்கம், அமைதியான விழிப்பு, தீய கனவுகள் இன்மை , மனித உயிர்களிடத்திலும், பிற உயிர்களிடத்திலும் நேயமாய் இருத்தல், மனம் ஒருமுகப்படுத்துதல், மகிழ்ச்சியாய் இருத்தல், தூய தோற்றம் பெறல், இறக்கும் தருவாயில் அமைதியாய் இறத்தல், இன்புறு மறுமை பெறல்".

சாந்திக்கு மார்க்கம் என்ற நூலில்,

"தியானமாவது ஒரு கொள்கையை அல்லது ஒரு விஷயத்தை முற்றிலும் அறிய வேண்டுமென்ற நோக்கத்துடன் ஆழ்ந்து சிந்தித்தல், எதனை நீங்கள் அடிக்கடி தியானித்துக் கொண்டிருக்கிறீர்களோ அதனை நீங்கள் அறிவது மாத்திரமல்லாமல் அதன் வடிவகமாக மேன் மேலும் வளர்ந்து கொண்டிருப்பீர்கள். ஏனெனில் அஃது உங்கள் உயிரோடு கலந்து உங்கள் உயிரே ஆகிவிடும்" என்று வ. உ. சிதம்பரனார் கூறியுள்ளார்.

கப்பலோட்டிய தமிழர் வ.உசிதம்பரனார் அவர்கள் சாந்திக்கு மார்க்கம் என்ற நூலில் கீழ்கண்டவாறு புத்தர் பெருமானின் போதனைகளை எடுத்தாண்டுள்ளார்.

“தெய்வத்தன்மை வாய்ந்த கௌதம புத்தர் எவன் வாழ்க்கையின் உண்மையான நோக்கத்தை மறந்து சிற்றின்பத்தில் மனதைச் செலுத்தி வீண் பெருமை பாராட்டிக் கொண்டு, தியானம் செய்யாமல் இருக்கிறானோ அவன் கால அளவில் தியானத்தில் மனோபாவனை செய்தல்”

“மூன்றாவது தியானம் சந்தோஷத்தைப் பற்றிய தியானம், அஃதாவது நீங்கள் மற்றவர்களுடைய சம்பத்தை நினைத்து அவர்களுடைய சம்பத்தை நினைத்து அவர்கள் சந்தோஷங்களுடன் நீங்களும் சந்தோஷித்தல்”

‘நான்காவது தியானம் அசுத்தத்தைப் பற்றிய தியானம். அஃதாவது அயோக்கியத்தின் தீய பலன்களையும் பாவத்தினுடையனவும் வியாதியினுடையனவும் பயன்களையும் நிமிஷத்தில் கழியக் கூடிய சிற்றின்பம் எவ்வளவு ஆபத்தை விளைவிக்கக் கூடியவையென்பதையும் சிந்தித்தல்”

“ஐந்தாவது சாந்தியை பற்றிய தியானம். அஃதாவது நீங்கள் விருப்பு, வெறுப்புகளுக்கும் வருந்துதல், வருத்துதல்களுக்கும், செல்வம் வறுமைகளுக்கும் மேற்பட்டு உங்கள் ஊழைப் பக்ஷ பாதமற்ற அமைதியோடும், பூரண சமாதனத்தோடும் ஏற்றுக்கொள்ளுதல்”

இத்தியானங்களைச் செய்து புத்தரது சீடர்கள் மெய்பொருள் ஞானத்தை அடைந்தார்கள்.”

அரிய நிழல் படங்கள் இந்த நூலில் ஆங்காங்கே சேர்க்கப்பட்டு அழகு சேர்ந்து புத்த நெறி ஆசியாவில் பரவியுள்ளதை நமக்கு உணர்த்துகின்றன.

புத்தர் பிரானின் அடிப்படைப் போதனைகளை இந்த நூலில் காணலாம்.

“கம்மாவின் (செயல்) விபாசு (விளைவுகள்). இது இயற்கை மீறிய நீதிபதி, எவராலும் வழங்கப்படும் பரிசோ தண்டனையோ அல்ல. அது ஒருவரின் செயல்பாடுகளின் விளைவேயாகும். கம்மாவும் விபாசுவும் காரணமும் விளைவுமாகும்.

நிப்பாணம் எய்தியவர் தானென்ற அகந்தையிலிருந்து விடுபடுகிறார். தானென்னும் போலியுணர்வு வேரோடு

களையப்பட்டு அவாவும் அறியாமையும் அறுக்கப்படுகிறது. மனம் எதனோடும் பந்தப் படுவதில்லை. உருவாக்கம் நின்று போகிறது என்று நிப்பாணத்தைப் பற்றி இந்த நூல் நன்கு விளக்கியுள்ளது.

அன்றாட வாழ்விற்குத் தேவையான போதனைகள் இந்த நூலில் நிறைய உள்ளன.

தொன்மையியல்

களப்பிரர் ஆட்சிக்காலத்தில் அச்சுதவிக்கந்தன் என்ற அரசன் கி.பி. இரண்டாம் நூற்றாண்டில் தமிழகம் முழுவதையும் பௌத்த நெறியில் ஆட்சி செய்தார் என்பதும் அவர் சேர சோழ பாண்டியர்களைச் சிறை செய்தார் என்பதும் மனதில் கொள்ளத்தக்கது என்று இந்த நூலில் குறிப்பிடப்பட்டுள்ளது சிந்தனைக்குரியது.

எறையூர், நாகப்பட்டினம், ஜெயங்கொண்டம், காஞ்சிபுரம், கூவம் முதலிய தமிழ்நாட்டுப் பகுதிகளில் நடந்த அகழ்வாராய்ச்சிகள் மூலம் தமிழகத்தில் புத்த நெறி பரவி இருந்ததை அறிய முடிகிறது.

புத்த நெறி பற்றிய அகழ்வாராய்ச்சிகள் தமிழ்நாட்டில் மேலும் நடத்தப்பட வேண்டும் என்பதை, இந்தச் செய்திகள் உணர்த்துகின்றன. ஜெயங்கொண்டம் பகுதியில் சோழர்காலத்தில் புத்தர், ஜைனக் கோயில்கள் இருந்தன என்பதற்கு இவை ஆதாரமாக திகழ்கின்றன என்று குறிப்பிடப்பட்டுள்ளது.

ஆய்வின் மூலம் கிடைத்த பல சரித்திர காலச் செய்திகளைத் தொகுத்து இந்த நூலில் கொடுக்கப்பட்டுள்ளது.

சித்தார்த்தா கல்வி மற்றும் அறக்கட்டளை வெளியிட்டுள்ள இந்த நூல் மக்கள் புத்த நெறியை அறிந்து வாழ்வில் அதனை மேற்கொண்டு வாழ்ந்து நிப்பாணம் அடைய உதவும்.

களப்பிரர் காலத்திய தமிழ்நாடு பற்றியும் புத்த நெறி தமிழ்நாட்டில் பரவி இருந்தது பற்றியும் மேலும் விரிவாக ஆய்வுகள் நடத்தப்பட வேண்டும் என்பதை இந்த நூல் உணர்த்துகிறது.

சித்தார்த்தா கல்வி மற்றும் அறக்கட்டளை அமைப்பாளர்களின் இந்த நூல் வெளியீட்டு முயற்சி பாராட்டுக்குரியது. மேலும் பல நூல்கள் வெளியிட்டுப் புத்தர் பெருமானின் சிந்தனைகளைத் தமிழ் கூறும் நல்லுலகத்தில் பரவச் செய்து, தமிழ் மக்கள் வாழ்வில் மேன்மை பெற உதவ வேண்டும் என்பதே, எனது வேண்டுகோள்.

அளப்பதற்கு அரிய பெருமைகள் நிறைந்த புத்தர் பெருமானைப் பற்றிய இந்த நூலுக்கு அணிந்துரை எழுத வாய்ப்பளித்து எனக்குப் பெரும் பேற்றை அளித்த உயர்திரு வி. தனராஜ் அவர்களுக்கு என் நன்றி உரித்தாகுக.

புத்தம் சரணம் கச்சாமி

தம்மம் சரணம் கச்சாமி

சங்கம் சரணம் கச்சாமி

முன்னுரை

வாழ்வும் பவுத்தமும் என்ற இந்தப் புத்தகம், மானுடத்தின் தொன்மையியல் ஆய்வு மையத்திலிருந்து, சித்தார்த்தாகல்வி அறக்கட்டளை சார்பில் முதல் தொகுதியாக வெளியிடப்படுகிறது. இது இரண்டு பகுதிகளாக பிரிக்கப்பட்டுள்ளது. ஒன்று மானுடமும் சித்தார்த்தரும் மற்றொன்று தொன்மையியல்.

இந்த ஆய்வின் நோக்கம் இப்புத்தகத்தின் தொடக்கத்திலேயே கொடுக்கப்பட்டுள்ளது. இன்று படித்த வர்க்கத்திடையே சித்தார்த்தர் என்ற கௌதம புத்தரின் போதனைகள் சரியாக முன் வைக்கப்படவில்லை. மானுடத்தின் உய்வுக்காக தன்னை அர்பணித்துக் கொண்ட அப்பெரியாரின் உண்மை நோக்கம் அனைவருக்கும் உள்ளது உள்ளபடியே தெரிந்திருக்க வேண்டும். அப்பெரியாரை மக்கள், தங்களின் உண்மையான ஆசிரியராகக் கொண்டு வாழ்க்கை நடத்த வேண்டும்.

இன்று உலகமே போர் அபாயத்தின் பிடியில் சிக்கி தவிக்கிறது. இப்போரின் விளைவு அழிவாகத்தான் இருக்க முடியும். உண்மையாளர்கள் போரை வெறுத்து அமைதியை விரும்புவார்கள். இன்று ஜெர்மனியில் பௌத்தம் குறித்து முழு அளவில் ஒரு விழிப்புணர்வு உள்ளது. அவர்கள் பௌத்த தலங்களுக்கு பெருவாரியாக சென்று பார்க்கின்றனர்.

இம் மண்ணில் தோன்றிய அப்பெரியாருக்கு உரிய இடம் இல்லை என்பது வருந்ததக்கது. சீனர்கள் தயாரித்த "*MY DADDY*" என்ற திரைப்படத்திற்கு இரண்டு ஆண்டுகளுக்கு முன்பு சர்வ தேச திரைப்பட விருது கிடைத்தது. இப்படத்திற்கான விருதைப் பெறும் போது அதன் இயக்குநர் "எங்களுக்கு இந்தியாவிலிருந்து பௌத்தம் கிடைத்தது. அதற்கு என்றும் நாங்கள் கடன் பட்டுள்ளோம்" என்று கூறினார். ஒளிப்பரப்பில் இதைப் பார்த்த போது, நமது பெருமை நமக்கே தெரியவில்லை என்று தான் நினைக்க தோன்றியது.

திரு ராகுல சாங்கிரித்தியாயன் என்ற ராகுல்ஜி எழுதிய பௌத்த தத்துவயியலில் பௌத்தத்தில் எழுச்சியும்,

வீழ்ச்சியும் தெளிவாக விளக்கப்பட்டுள்ளது. புத்தர் நம் மண்ணில் தோன்றியதற்கு நாம் பெருமை கொள்ளாமல் இருக்க முடியாது. இப்புத்தகத்தைப் படித்த பின்பு ஒவ்வொரு இடங்களையும் பார்க்கும் போது, பவுத்தத்தில் அடித்தளத்தின் விளிம்புகள் நன்றாகவே தெரிகிறது. புத்தரின் நோக்கங்களை, போதனைகளை அனைவரிடமும் எடுத்துச் செல்லும் முகமாக ஓர் அமைப்பு தேவைப்பட்டது. இதன் பொருட்டு சித்தார்த்தா கல்வி அறக்கட்டளை இவ்வருடம் நிறுவப்பட்டது. இந்த எளிய முயற்சி இன்னும் தொடர வேண்டி எங்களை ஈன்ற தாய் - தந்தையரின் பாதந் தொட்டு தொடருகிறோம்.

அமைப்பாளர்கள்

சித்தார்த்தாகல்வி அறக்கட்டளை

1B, பிரையண்ட் நகர், *5*வது தெருமேற்கு,

தூத்துக்குடி - *8*.

மனித சமுதாயம் வளர
தேசம் கடந்த நேசம்

நாம் எல்லோரும் மனித இனத்தைச் சேர்ந்தவர்கள், இயற்கையின் ஒரு பகுதியே மனித இனம். ஒவ்வொருவருக்கும் எதையாவது சாதிக்க வேண்டும் என்ற எண்ணம் தேவை. தன்னம்பிக்கை இருந்தால் மட்டுமே வாழ்வில் முன்னேற முடியும். இயற்கையுடன் சேர்ந்து எதையாவது சாதிக்க வேண்டும் என்று நினைத்தால், சுய நிலை என்ன என்பதை உணர முடியும். சுய வாழ்க்கைக்கும், சுய சோதனைகளுக்கும் இடையே மிகுந்த இடைவெளி உண்டு. இதனை சிறு விலங்குகள் கூட உணர்கின்றன. மனிதன் தன்னை அறிய முற்படும் போது இந்த இடைவெளி குறைகிறது. இதற்கான வழிமுறைகளை கையாள வேண்டும். அறிவியல் அணுகுமுறைகள் இதற்கு வழிகாட்டுகிறது. தியானம் வாயிலாக, சுய நிலையை அடைய இயலும். புத்த மதமும் இதனையே வலியுறுத்துகிறது. மனித வாழ்க்கைக்கு குறிக்கோள் தேவை ஒவ்வொரு மனிதனுக்கும் மகிழ்ச்சியான வாழ்வு அமைய வேண்டும். அதனைத் தேடும் உரிமைகள் நமக்கு உண்டு.

நாம் பல விஷயங்களை புறக்கணிக்கிறோம்; வாழ்வின் துக்கத்திற்கு பேராசையே காரணமாகும். அணுகுமுறையில் தவறு ஏற்படும் போது, வாழ்வில் பிரச்சனைகள் ஏற்படுகின்றன. முயற்சி செய்யாமல் எதனையும் சாதிக்க இயலாது. ஏன், எதற்கு, எப்படி என்று ஒவ்வொருவரும் கேள்வி கேட்க வேண்டும். தனக்குத்தானே கேள்வியை எழுப்பினால் மட்டுமே விடை கிடைக்கும். நாம் கண் மூடித்தனமாக இருந்தால் முன்னேற்றம் கிடைப்பதில்லை. ஒவ்வொருவருக்கும் திறமை உள்ளது. முடியாது என்று உலகில் இல்லை. நல்ல முயற்சி என்பது வெற்றியின் அறிகுறி ஆகும். புத்த மதம் மென்மையான மனதை வலியுறுத்துகிறது. ஒவ்வொரு பொருட்களுக்கும் தொடர்பு உள்ளது என்றும் ஒன்றிலிருந்து மற்றொன்று உருவாகிறது என்றும் தெரிவிக்கிறது.

ஒரு பொருளில் நிகழ்வு ஏற்படும் போது, பிரபஞ்சத்திலும் மாற்றம் தோன்றும். இயற்கை நியதிகளை தடை செய்யும் போது பிரச்சனைகள் உருவாகின்றன. சிறு துகள்கள் சேர்ந்து முழுமை பெறுகிறது. முழுமையிலிருந்து துகள்கள் ஏற்படுகின்றன. இது பிரபஞ்சத்தின் தத்துவம். இயற்கையை தெரிந்து கொள்ளும் முயற்சியே அறிவியலாகும்.

ஒரு நாட்டிற்கும் மற்றொரு நாட்டிற்கும் இடையே பொருளாதாரம் உள்பட பல்வேறு பிரச்சனைகளில் வேறுபாடு உள்ளது. நாடுகளுக்கிடையே வேறுபாடு உள்ளது. நாடுகளுக்கிடையேயான எல்லைகள், மனிதனால் உருவாக்கப்பட்டது. கலாச்சாரம் நிறங்கள், செயல்பாடு, பண்பாடு இவைகளில் வேறுபாடு இருப்பது இயல்பு. மனித நேயம் இருந்தால் மட்டுமே வாழ்வில் ஈடுபாடு ஏற்படும்

மனிதனின் செயலுக்கும் மனதுக்கும் நெருங்கிய தொடர்பு உண்டு. மனம் பிரபஞ்சம் முழுவதிலும் ஆக்கிரமித்துள்ளது. நேசம் ஒன்றே தீர்வு. பிறரது முன்னேற்றத்திலும் நாம் கவனம் செலுத்த வேண்டும். நாம் சமுதாயத்தின் அங்கம். தனித்து இயங்குதல் கூடாது. தனிமையைத் தவிர்த்து, ஒற்றுமையுடன் வாழ்வதே ஆரோக்கியமான சூழ்நிலையை உருவாக்கும். எண்ணங்கள் மனதிலிருந்து உண்டாகின்றன. அவை களுக்கு மனமே முதன்மையானது. எண்ணங்கள் மனத்தினால் உண்டாக்கப்படுகின்றதால் ஒருவன் தீய எண்ணங்களோடு பேசினாலும் சரி தீய செய்கைகளைச் செய்தாலும் சரி, அவற்றினால் உண்டாகும் துக்கங்கள், இழுத்துச் செல்லும் எருதுகளைப் பின் தொடர்ந்து போகும் வண்டி போல, அவனுடைய அடிச்சுவடுகளைப் பின்பற்றி செல்கின்றன.

–

இந்தோனிஸியா – போரோபுதூரில் உள்ள புத்தர் சிலை

பக்தி – தியானம் இரண்டும் ஒன்றா?

பக்தி

பக்தி முழுவதும் நம்பிக்கையினைச் சார்ந்தது. இயற்கை மீறிய சக்திகளின் பால் அச்சம் கொள்ள வைக்கக் கூடியது. வெற்று விசுவாசத்தைக் கொண்டது சிந்தனை சுதந்திரத்தை ஏற்றுக் கொள்வதில்லை. பகுத்தறிவை விட்டு விலகிச் செல்வது.

பக்தியின் வசப்பட்டவர்கள் தாங்கள் தேர்ந்தெடுத்த பக்தி மார்க்கத்தில் எந்தவிதமான கேள்விக்கும் இடம் கொடாது அதன் வழியே செல்வர். இதனால் தங்கள் உடல் நலத்தையோ, பொருளையோ இழந்தாலும், கடவுள் விட்ட வழி என்று எடுத்துக் கொள்வர். இவர்கள் வழியை விமர்சிப்பவர்களையோ, எடுத்து கூறுபவர்களையோ விரோதிகளாகவும், ஜன்மப் பகைவர்களாகவும் பார்ப்பார்கள். இதற்காக அவர்கள் ஆயுதம் ஏந்தவும் தயாராக இருப்பார்கள். சொல்வதையே திரும்பத் திரும்பக் கூறுவார்கள். பக்தியை போதிக்கும் சமயங்கள் மானுடத்தை ஏற்றுக்கொள்வது போல் தோற்றமளித்தாலும் உண்மையில் அதை நம்புகிறவர்களை தவிர பிற கருத்துக்களை ஏறெடுத்து பார்ப்பதில்லை. பக்தி இயக்கம், கி.பி. 7, 8ம் நூற்றாண்டுகளில் மிக்க தீவிரம் அடைந்தது. இதனால் சமூகம் போதை ஏறிய ஒரு மந்த நிலையை அடைந்தது. இது இன்று வரை பல்வேறு வடிவங்களில் தொடர்கிறது. பக்தி சார்ந்த சமயங்கள், அதன் மத நூல்களை கடவுள் அருளியதாக மனிதனை நம்ப வைக்கிறது. இவைகள் தம் தம் காலத்திய முரண்டு பிடிவாதங்களாலும் மூட நம்பிக்கைகளாலும் அறியாமையாலும் பிணைக்கப்பட்டுள்ளன. இவைகள் சமூக அரசியல் சார்ந்ததாகவே பரிணமிக்கின்றன. பக்தியால் மனதை ஒரு நிலைப்படுத்துதல் என்பது தூக்க நிலைக்கு சமம்.

தியானம்

தியானம் மனதின் தொடர்பாக உள்ளது. மனம், புலனுணர்வின் அடிப்படையான செயல் திறனாகக் கருதப்படுகிறது. இது நினைப்பு நிலைகளால் உருவாகியுள்ளது. மனம் அங்கிங்குமாய்த் தனக்குத்தானே அலைபாய்ந்து, உணரப்படாமலும், அறியப்படாமலும், விரைந்து மாறுவது. ஒன்றை விட்டு மற்றொன்றிக்குத் தாவும் தன்மை உள்ளது. பேராசை, பொறாமை, வெறுப்பு, ஏமாற்றம் முதலிய குறைபாடான குணங்களால் எளிதில் கறைப்படக்கூடியது. மனிதர்களைப் பரபரப்புக்கும் கவலைகளுக்கும் உள்ளாக்குவது. மனதைப் பண்படுத்துதல் என்பது தியானம் மூலம் அடையப் பெறுகிறது. தியானத்தால் மனதை அமைதிப்படுத்தவும் கட்டுப்படுத்தவும் முடியும். இதனால் அறியாமை அழிந்து மெய்யறிவு வளர்கிறது. அகந்தை அழிகிறது. தியானத்தால் மனம் மென்மை அடைகிறது. தீய கனவுகள் இன்றி மகிழ்ச்சியான உறக்கமும் அமைதியான விழிப்பும் ஏற்படுகிறது. பிற உயிர்களிடத்தில் நேயமாக இருக்கும் பாங்கு உருவாகிறது. தியானத்திற்கு எந்த மதக் கோட்பாடுகளோ, கடவுள் நம்பிக்கையோ தேவையில்லை. பக்தி சார்ந்த தியானமும் தேவையில்லை.

புத்த தம்மம்

1. எண்ணிலாமருந்துகள் உண்டு இப்புவியில்
ஆற்றலில் அவைகள் வெவ்வேறானவை
அவைகளில் ஒன்று தம்மமாம். மருந்திற்கு
இணையானதென்று அருந்துவீர் அதனையே

2. 1) தொடக்கத்தில் புகழ் மிக்கது
2) தொடர்ச்சியில் புகழ் மிக்கது
3) முடிவினில் புகழ் மிக்கது

தம்ம பதம் - மனதில் நின்றவை

அரிதரிது மானிடராய்ப் பிறத்தல் அரிது
நிலையாமை உடைய வாழ்வு கடினமாகும்
நிலையான உண்மையினை உணர்தல் கடினம்
அரிதரிது புத்தருடைய அரிய தோற்றம்

182 (2)

பொன்னாலான மலையே யாயினும்
பொன்னல் மட்டுமே ஆனதே யாயினும்
ஒருவனுக்கஃது அளிக்கப்படுமாயின்
அப்போதும் அவன்
போதும் என்று புகலவே மாட்டான்
அவாவினின்று எழுகிறது துன்பம்
அவாவினின்று எழுகிறது அச்சம்
எவரொருவர் அவாவை அறவே அறுத்தவரோ
அவருக்கு இல்லை துன்பமும் தொல்லையும்

213

துக்கம் - அனைத்து உயிர்களையும் பாதிக்கும் பிணி
அவா - அப்பிணியை விளைவிக்கும் காரணம்
நிப்பாணம் - பிணி தீர்ந்த நிலை
உன்னத எண் வழிப்பாதை பிணி தீர்ந்திட ஏற்ற மருந்து
வாய்மையில் சிறந்தவை நான்கு உன்னத வாய்மைகளே
வழிகளில் சிறந்தவை - உன்னத எண்வழிப் பாதைகளே
நிலைகளில் சிறந்தது - நிப்பாண நிலையே
மனிதனிற் சிறந்தவர் இவற்றைக் காண்பவரே

273

மக்களென் உடைமை வளங்களென் உடைமை
முட்டாள் மனிதன் முழங்குவான் இங்ஙனம்
அவனே அவனுக்குரியவன் அன்றெனில்
மக்களா உடைமைகள் வளங்களா உடைமைகள்

62

இல்லனவற்றை உள்ளனவென்றும்
உள்ளனவற்றை இல்லனவென்றும்
தவறிய கருத்தைப் பேணிடு வோர்கள்
உண்மையை என்றுமே அடைவதில்லை.

11

மனிதனே மனிதனின் விதிக்குத் தலைவன்
மனிதனே அவனுடைய அழிவாளன் அல்லது
பாதுகாவலன்
தானே தனக்குப் பாதுகாவலன்
ஒருவனை மற்றவன் காக்க இயலாது
நல்லொழுக்கம் நடத்தையுள்ளவன்
வெல்லற்கரியதையும் வென்று விடுகிறான்.

160

நோய் தோன்றுகையில் அறிகுறிகள் தோன்றும்
மருந்து உண்கையில் அறிகுறிகள் மறையும்
அறியாமை தொடர்கையில் - துன்பங்கள் இருக்கும்

அறியாமை நீங்கிட - துன்பமும் நீங்கும்
குவலயம்தனில் பலர் குருடராய் உள்ளனர்
குறைவறத் தெளிந்த மனத்தினர் ஒரு சிலர்
அவதியாம் வலை கிழித்தோடும் பறவை போல்
அடைகுவர் நல்லின்ப நிலையினை எட்டியே

174

இங்கும் துன்புறுகிறான் பின்னும் துன்புறுவான்
இம்மை மறுமை இரண்டிலும் தீயவன்
துன்பம் உறுகிறான் துன்புற்று அழிகிறான்
தன்னுடை மாசுறு செயல்களைக் கண்டே

15

இங்கும் இன்புறுகிறான் பின்னும் இன்புறுகிறான்
இம்மை மறுமை இரண்டிலும் நல்லவன்
இன்பம் உறுகிறான் இன்புற்று மகிழ்கிறான்
தன்னுடைய தூய செயல்களைக் கண்டே

16

நினைப்பு நிலைகள் யாவுக்கும் முந்தி
நிற்பது தலையாயதும் மனமே.

1

மாசில்லா மனத்துடன் மானுடன் ஒருவன்
பேசுதல் புரிதல் உடையவனாயின்
அகலுதல் இல்லா நிழலென அவனை
இன்பம் தொடர்தல் அதி நிச்சயமே
மாசுள்ள மனத்துடன் மானுடன் ஒருவன்
பேசுதல் புரிதல் உடையவனாயின்
காளையைத் தொடரும் வண்டியாய் அவனைக்
கவலைகள் தொடர்வது அதி நிச்சயமே

2

ஒருவர் தாமே புரிவதே தீமையென்பது
ஒருவர் தம்மைத் தாமே மாசாக்குவது
ஒருவர்தாமே தீமையைத் தவிர்த்து விடுவது
ஒருவர்தாமே தம்மைத் தயாராக்குவது

165

ஒல்லும் வகையான் அறவினை ஓவாதே
செல்லும் வாயெல்லாம் செய்திடல் வேண்டும்
நல்லறம் நாளும் மகிழ்ச்சியை நல்கும்
நல்லன குவிந்து நற்பேறாகும்

18

ஒருவன் தீச் செயல் புரிந்திட நேர்ந்திடில்
மறுமுறை அதனைப் புரியலாகாதே
புரிகிற தீச் செயலால் மகிழ்வுறாதே
பெருந்துயரளித்திடும் தீமைகள் சேர்ந்தே

117

பகைவர் இடையிலும் நட்புடனிருத்தல்
வன்முறைக்கிடையிலும் அமைதியாயிருத்தல்
பற்றுள்ளோர் இடையிலும் பற்றற்றிருத்தல்
உற்றவர் உன்னத மனிதர் என்பனே

406

செல்வ வளமாற்றத்தால் சிதைவுறா
உள்ளமே வாழ்விற் சிறந்த பேறாகும்
அசைவிலாமல் புயலைத் தாங்கும்
உறுதியான கோரை போல்
அசைவிலாமல் உறுதி கொள்வர்

81

அறிஞர் போற்றல் தூற்றலில்
பசியே பெரும் பிணி
உடல் நலமே பெரும் வரவு

201

வெற்றியோ வெறுப்பை விளைவிக்கின்றது
தோற்றவர் துன்பத்தில் உழல்கிறவராகிறார்
அமைதியாயிருப்பவர் இன்பமாய் வாழ்கிறார்
வெற்றி தோல்வி இரண்டையும் விட்டே

203/204

நல்லுரைதம்மால் நமக்கென்ன லாபம்
என்றொருவர் யாதும் எண்ணுதல் வேண்டாம்
துளித்துளி நீரால் குவளை நிரம்பும்
துறவியோதம்மை மதிப்பால் நிறைக்கிறார்
சிறுகச் சிறுக தான் என்றாலும் கூட

122

நன்னெறி மனிதன் இன்புறுகிறான்
இம்மை மறுமை இரண்டிலும்

169

மனத்தைக் கட்டுப்படுத்துதல் நன்று மகிழ்ச்சியை
அளிப்பது கட்டுடை மனமே

35

அவாவுறுவோர் இடையே நாம்
அவாவற்று வாழ்கிறோம் இன்பமாய்
வெறுப்புறுவோர் இடையே நாம்
வெறுப்பற்று வாழ்கிறோம் இன்பமாய்

நலமற்றோர் இடையே நாம்
நலமுற்று வாழ்கிறோம் இன்பமாய்
குறைவுற்றோர் இடையே நாம்
குறைவற்று வாழ்கிறோம் இன்பமாய்

192 - 199

குறைவுள் இன்பத்தைக் கைவிட்டு விடுவதால்
குறைவிலாப் பேரின்பம் காண்பரேயாயின்
குறைவுள் இன்பம் தன்னைத் துறந்து
குறைவிலாப் பேரின்பம் கருதுவர் அறிவோர்

290

இந்த அடைக்கலம் மிகவும் பாதுகாப்பானது
இந்த அடைக்கலம் மிகவும் சிறந்தது
துன்பத்தினின்று விடுதலை கிட்டும்

192

கண்களைக் கட்டுப்படுத்துதல் நன்று
செவியினைக் கட்டுப்படுத்துதல் நன்று
நாசியைக் கட்டுப்படுத்துதல் நன்று
நாவினைக் கட்டுப்படுத்துதல் நன்று
உடலினைக் கட்டுப்படுத்துதல் நன்று
உரையினைக் கட்டுப்படுத்துதல் நன்று
மனத்தினைக் கட்டுப்படுத்துதல் நன்று
நன்று எதிலும் எங்கும் கட்டுப்பாடே

361

ஈண்டு இல்வுலகில் கவனமாய் ஒருவர் நடத்தையை தூயதாயப் பயின்றிட வேண்டும். யாண்டும் நன்னெறி பண்படுத்தப்படின் கைமேல் பலனை வெற்றியை நல்கும்

– புத்தர்

மானுடமும் சித்தார்த்தரும்

சித்தார்த்தர் என்ற கௌதம புத்தரின் காலம் கி.மு. *563 - 483*. அவருடைய பிறப்பு நந்தவனத்தில் நிகழ்ந்தது - வாழ்ந்தது அரண்மனையில் இணைந்தது சாதாரண வாழ்க்கையில். அவர் எந்த அற்புதமும் நிகழ்த்தாமலே, அன்றும் இன்றும் மக்கள் மனதில் நீங்கா இடம் பெற்றுள்ளார். இதற்கு என்ன - காரணம்?

அவர் போதித்தது மதம் அல்ல. மாறாக, மக்கள் கூடி வாழும் வாழ்க்கையின் அறநெறியை போதித்தார். மேலோட்டமாக பார்க்கும் போது சாதரணமாகத் தோன்றும். ஆனால் இந்த அறநெறியில் மிகவும் பண்பட்ட சமுதாயத்தை உருவாக்கவும், இனவேறுபாடுகளைக் களையவும், கடின உழைப்பை போற்றவும், மக்களிடையே பரஸ்பர நம்பிக்கையையும், அன்பையும் வளர்க்க உதவியது. இதை எந்த மதமும் சாதிக்க வில்லை. மனிதனின் பிறப்பையும் வாழ்வையும், அவன் முடிவிற்கும் இடையே உள்ள வாழ்க்கை பிரவாகத்தை அற்புதமாக விஞ்ஞானக்கண் கொண்டு நோக்கினார். சிக்கலான வாழ்கையை எளிமைப்படுத்தினார். சாதாரண வழியை உருவாக்கிக் கொடுத்தார். அடித்தள் மக்களின் வாழ்க்கையில் ஒளிக் கீற்று போல் தோன்றினார். வாழ்க்கையின் சுகபோகங்களை உதறி, சாதாரண மனிதராக வாழ்வது என்பது எளிது அல்ல. ஆனால் அதை ஒப்பற்ற முறையில் செய்து காட்டிய அற்புத மனிதர்.

மேலோட்டமாக பார்க்கும் போது அவர் போதித்தது அன்பு ஒன்று தான் என்று எல்லோரும் அறிவர். இதையே எண்ணற்றவர்கள் மதம் வாயிலாக தெரிவித்தனர். ஆனால் அவர் போதித்தது மிகப்பெரிய தத்துவ இயல். வாழ்கையின் பிரவாகத்தை சிறந்த தத்துவ இயலுக்கு உட்படுத்தினார். தான் போதி மரத்தின் கீழ் பெற்ற இந்த தத்துவ இயலையார் மீதும் திணிக்கவில்லை இதையே ஒரு படகுக்கு உதாரணமாகக் கூறினார்.

ஆற்றின் ஒருகரையிலிருந்து அடுத்தகரை செல்ல வேண்டும். ஆற்றில் நீரோட்டமோ அதிகமாக உள்ளது. ஆற்றில் படகோட்டி சிரமத்துடன் படகின் துணை கொண்டு அக்கரை சென்று அடைகிறான். அக்கரையை அடைந்ததும் படகை விட்டு ஆனந்தமாக நடந்து செல்கிறான். இந்த படகு எனக்கு உதவி செய்தது என்று கூறி அதை அவன் தலையில் சுமந்து செல்வதில்லை. இது போன்றே எனது போதனைகளை நடைமுறையில் கைக்கொண்டு, உங்களது நீண்ட வாழ்க்கை பிரவாகத்தை கடந்து செல்ல பயன்படுத்துங்கள் என்று கூறினார்.

மேலே சொன்ன உதாரணத்தைப் பார்க்கும் போது, அவர் எவ்வளவு முற்போக்குவாதி என்பதும், மனிதனின் மீது எந்த சுமையையும் அவர் சுமத்த விரும்பவில்லை என்பதும், மனதின் சுதந்திர சிந்தனைக்கு எந்த தடையையும் ஏற்படுத்த விரும்பவில்லை என்பதும் தெளிவாகும்.

எந்த மதமும் மனிதனைதன் பிடிக்குள் வைத்துக் கொள்ளவே விரும்புகிறது. அவனுக்கு குறுக்கும், நெடுக்குமாக நிறைய சிறைக்கோடுகள் போட்டுள்ளது. இவ்வாறு எந்த சிறைக்கோடும் போடாமல் சுதந்திரமாக சிந்திக்கத் தூண்டும் முதல் சமூக அமைப்பை உருவாக்கிய பெருமை, புத்தரையே சாரும். இந்த சிந்தனையின் பயனாக கல்வி, மருத்துவம், மக்கள் நலம் மற்றும் பல்வேறு துறைகள் பெரும் வளர்ச்சியடைந்தன. மக்கள் சிந்தனையில் மறுமலர்ச்சி ஏற்பட்டது.

கடவுளைப் பற்றி புத்தர் தெரிவித்த கருத்து, அந்நாளில் மிகவும் புரட்சிகரமானதாகும். கடவுள் என்ற ஆயுதம் கொண்டு மக்களின் ஒரு பிரிவினர், மற்ற பிரிவினர் மீது தொடுக்கப்பட்ட மனோரீதியான தாக்குதலை எதிர்த்து, அவர் கூறியது ஓர் எழுச்சியையே உருவாக்கியது. வேறு யார் கூறியிருந்தாலும் அவர்கள் தலை உருண்டோடியிருக்கும். இந்த மாமனிதரின் பின்னே உள்ள மக்கள் சக்தியால் அரசும் இவர் அடியொற்றி நடந்தது. அசோகர் போரில் வென்றது கலிங்கம் மட்டுமே. ஆனால் அறநெறியை போற்ற முன்வந்த போது அவரது ஆட்சியின் எல்லை தென்திசை வரை பரவியது. பௌத்தத்தை அடியொற்றிய ஆட்சி மக்கள் நலனை பெரிதும் போற்றியது. அசோகரை போன்றே மற்ற பௌத்த அரசுகள் ஹர்ஷர் வரை

தங்கள் கருவூலத்தில் சேர்ந்தவற்றை ஆண்டுக்கு ஓர் முறை மக்களுக்குப் பிரித்துக் கொடுத்தனர். ஓர் பௌத்த திபேத்திய அரசர் ஆறு மாதத்திற்கு ஒருமுறை தனது கருவூலத்தில் சேர்ந்தவற்றை மக்களுக்குப் பிரித்துக் கொடுத்தார். கடவுளைப் பற்றி புத்தர் குறிப்பிடுவதைப் பார்த்தால், அவர் நாத்திகராகத் தெரியும். அவர் கடவுளை எதிர்க்கிறார் என்பதை விட, கடவுளைக் காட்டி, மக்களை இருட்டறையில் தள்ளுவதை அவர் விரும்பவில்லை என்றே தெரியும். கடவுளைப் பற்றி கீழ்க்கண்டவாறு தெரிவிக்கிறார்.

கடவுள் தானாகவே காரியமாற்றும் காரணராகவும் இருக்க முடியாது. பொறுப்பில்லா நடுவராகவும் இருக்க முடியாது. கடவுள் எல்லா சக்தியும் படைத்தவரானால், அவர் படைத்த மனிதன் கடவுளின் கைப்பொம்மையாகி விடுகிறான். இந்நிலையில் மனிதன் எந்த ஒரு கெட்ட செயலுக்கும் நல்ல செயலுக்கும் பொறுப்பாளியாக மாட்டான் உலகத்தில் மனிதன் துன்ப, துயரங்களினால் அல்லலுறுவது கடவுளின் எல்லையில்லாகருணைக்கு எடுத்துகாட்டாகுமா?

உலகம் படைக்கப்பட்டதற்கு காரணம் யார்? என்ற கேள்வியை நாம் கேட்டுக்கொண்டே எந்த பொருளிடத்திலும், சக்தியிடத்திலும் நின்று விடுவதில்லை என்றால், கடவுளிடத்தில் மட்டும் ஏன் நின்று விட வேண்டும். கடவுளைப் படைத்ததற்கும் ஓர் காரணம் இருக்கும் என்று நாம் ஏன் கருதக் கூடாது?. உண்மையில் கடவுள் என்பது மனிதனின் மனம் சிருஷ்டித்த ஒன்றாகும். ஆகவே கடவுளை அடிப்படை காரணமாக ஒப்புக் கொள்வது சரியில்லை. கடவுளை ஒப்புக் கொள்ளாமல் மனிதன் தன் செயல்களினாலேயே நிகழ்காலத்தில் வாழ்கிறான். எனவே எந்த நூலையும் கடவுள் அருளியதாக ஒப்புக் கொள்ளக் கூடாது. உண்மையில் கடவுள் இல்லை எனும் போது, கடவுள் அருளிய நூல் எங்கிருந்து வந்தது? அவருடைய கருத்தின் படி, கடவுளை பற்றிய ஆராய்ச்சி செய்வதை விட மக்கள் தங்கள் மீது பரஸ்பர நம்பிக்கை வைக்கவும், தங்கள் வாழ்க்கையை

கண்ணுக்கு தெரியாத கடவுளிடம் அடமானம் வைக்காமல் நேரான சிந்தனையில் செல்லவும், உள்ளதை உள்ளபடி நோக்கவுமே விரும்பினார். தன்னை அழிக்க வந்தவனிடம்

ஒரு கிளையை வெட்டி, பிறகு அதை இணைக்க கூறினார். அவன் எப்படி முடியும் என்று திருப்பிக் கூறினான். இயற்கை போக்கில் உள்ளதை அழிப்பது எளிது, உருவாக்குவது முடியாது என்பதை அவனுக்கு எளிய முறையில் உணர்த்தினார். அவனும் தன் தவறினை உணர்ந்தான். அவருடைய ஒவ்வொரு சொல்லும் செயலும், சிந்தனைக்கு வழிகாட்டியாக இருந்ததே தவிர, மனிதன் மீது எதையும் திணிக்க வில்லை. இந்தப் பிரபஞ்சம் இயக்கத்திற்கு உட்பட்டது என்பதை நாம் தெரிந்து கொள்வதற்கு பல நூற்றாண்டுகள் ஆயின. அவருடைய காலத்தில் மாறாத தத்துவம் நடைமுறையில் இருந்தது. புத்தர் தெரிவித்த கருத்து யாதெனில் உடலும், மனமும் மாறிக் கொண்டே இருக்கிறது. உலகத்தின் அத்தனை நிகழ்ச்சிகளும், இயக்கத்திற்கு உட்பட்டது. நொடிக்கு நொடி மாறக்கூடியது என தெரிவித்தார். ஆன்மாவை நிரந்தரமானதாக ஒப்புக்கொள்ளாமல் இருப்பது என்பது மிகவும் புரட்சிகரமானதாகும்.

அவருடைய நான்கு விழுமிய உண்மைகளும், ஐந்து சீலங்களும், எண்வகை நெறிகளும், போதனைகளும் மக்களின் மனதில் ஆழமான முத்திரை பதித்துள்ளது. இதை மறுப்பவன் மனிதனாக வாழத் தகுதியற்றவன் ஆகிறான். மனிதனாக பிறந்து, மனிதனாக வாழ்ந்து, மனிதனாக மடிபவன், அவருடைய சிந்தனையைக் கைக்கொண்டால் தன் வாழ்க்கை பயணத்தை எந்த பயமும் நிர்பந்தமும் இல்லாமல் நம்பிக்கையான வழியில் தனது பயணத்தை தொடருவான். தனக்காகவும், பிறருக்காகவும் உழைப்பதற்கு தயங்க மாட்டான். கூடி வாழ்வதில் பேருவுவகை கொள்வான். மனித வாழ்வின் மேடு பள்ளங்களுக்கு தவறான விளக்கம் கொடுக்கமாட்டான். அழிவில், போரில் நாட்டம் கொள்ளமாட்டான். அவன் சிந்தனை உற்பத்தியில், ஆக்கத்தில், சமூக நலனில் இருக்கும். அவன் சிந்தனை நேராக, கூர்மையாக, அன்பு சேர்ந்து இருக்கும். உள்ளதை உள்ளபடி அறிவான் பயத்திலிருந்து விடுபட்டு, பேரின்ப பெருவாழ்வு வாழ்வான். புத்தரின் போதனைகளை ஏற்று நடப்பவர்களுக்கு செல்வத்தை சேர்த்து வைக்கும் நிர்பந்தம் இல்லை. மூட நம்பிக்கைகள் தேவையில்லை, போர் தேவையில்லை. மக்கள் பரஸ்பர அன்பில் திளைப்பார்கள்.

அவர்கள், சமாதானத்தின் தூதுவர்களாகவும், அன்பையும், அறத்தையும், தர்ம நெறியையும் போற்றுவார்கள். அவர்கள் சென்ற இடமெல்லாம் சாதியும் மதமும் வெருண்டோடும்.

மனிதன் பிறப்பான் தன்னை அறிவான் நம்பிக்கையுடன் வாழ்வான். இயற்கையின் சீற்றங்களை தனது மக்கள் கூட்டத்துடன் தைரியமாக எதிர்கொள்வான். பிற உயிரினங்களிடம் அன்பு செலுத்துவான். பசியற்ற பட்டினியற்ற நிலையை உருவாக்குவான். உலகம் உள்ளவரை, மனிதன் உள்ளவரை இந்த சிந்தனைக்கு ஏற்றம் உண்டு.

இன்று உலகம் போர் என்ற கோரப்பிடியில் சிக்கி தவிக்கிறது. யாரும் யார் மீதும் எந்நேரமும் போர் தொடுக்கலாம் என்ற நிலை உள்ளது. மக்கள் அகதிகளாக கூட்டம் கூட்டமாக நாதியற்று அலைகின்றனர். நாடற்று, நம்பிக்கையற்று, ஒரு வேளை உணவின்றிப் பரிதவித்து, பச்சிளம் குழந்தைகள் பாலின்றி மடிவதைப் பார்த்து, மனம் கசந்து வாழ்கின்றனர். பரஸ்பரம் அவநம்பிக்கையுடன் வாழ்கின்றனர். மனித உயிர்கள் மலிவாக அழிக்கப்படுகிறது. இரத்தமும் சதையும் சேர்ந்த இந்த மனிதன் எந்த அடையாளமும் இன்றி உருக்குலைந்து சிதைந்து வருகிறான். சொந்த நாட்டிலேயே அகதிகளாக வாழவும் நிர்பந்திக்கப்படுகின்றனர். இந்த அவலமான வாழ்க்கை நிலையில் ஓர் நம்பிக்கை நட்சத்திரமாக புத்தர் காட்டிய ஐந்து சீலங்களும், எண் வகை நெறிகளும் அவருடைய போதனைகளும் தெரிகின்றன.

புத்தரின் போதனைகளில் அடியொற்றி நடப்பவர்களுக்கு சொர்க்கம் - மறு உலகத்தில் இல்லை என்பதும், அது இவ்வுலகத்திலேயே நம் கண்ணெதிரேயே உள்ளது என்பதும் தெளிவாகும்.

மும்மணிகள்

நான் பௌத்தத்தை ஏற்றுக் கொண்டேன்

- புத்தம் சரணம் கச்சாமி நான் பௌத்த தம்மத்தை கடைபிடிக்கின்றேன்

- தம்மம் சரணம் கச்சாமி

நான் பௌத்த சங்கத்தில் இணைந்தேன்
- சங்கம் சரணம் கச்சாமி

இதுவே நாம் உய்வதற்கு உள்ள அறவழிகளாகும், மும்மணிகளாகும்.

பௌத்தத்தில் இணைவோம், கடைத்தேறுவோம்.

கி.மு. 3ம் நூற்றாண்டு புத்தரின் பரிநிர்வாணம்
காந்தாரா – ஸ்வாட் பள்ளத்தாக்கு (தற்போது பாகிஸ்தான்)

புத்தர் காலத்திய சமுதாய நிலை

கி.மு. 2500 முதல் ஹிந்தோ ஈரானியர் வட்சுந்திக்கரை (தற்போது தாஜிக்ஸ்தான்) பகுதிகளிலிருந்து கிழக்கு நோக்கி நகர்ந்து கொண்டு இருந்தனர். அப்போது தாமிர உபயோகம் அறிமுகம் ஆனது, அரணியை (கடைக்கோல்) உபயோகித்து நெருப்பை உண்டாக்கி, யாகங்களும் தேவ பூஜைகளும் நடந்தன. உப்பின் உபயோகமும் பழக்கத்தில் வந்தன. நெல் வயல்கள் உருவாக்கப்பட்டன. கல், மரம், மண் மூலம் வீடுகள் அமைக்கப்பட்டன. கீழ் மத்ரர்கள், மேல் மத்ரர்கள், பர்ஷுக்கள், புரு போன்ற இன குழுக்கள் வாழ்ந்தனர். தாமிரம் மூலம் பொருட்கள் செய்வது தோன்றியதால் கைவினைஞர்கள் அடிமைகள் முறையில் பிற பகுதியிலிருந்து கொண்டுவரப்பட்டனர். பொருள் பண்ட மாற்று பகைமையில், மேல் மத்ரர்களும், புருக்களும் சேர்ந்து இந்திரன் என்ற பதவியை உருவாக்கி கீழ் மத்ரர்கள், பர்ஷ க்களுடன் போரிட்டனர். இதில் பர்ஷுக்களும், கீழ் மத்ரர்களும் தோற்று ஓடினர். பிற்காலங்களில் ஈரானில் பர்ஷுக்கள் - பெர்சியன் என்றும், மத்ரர்கள் - மிடியன் என்றும், அழைக்கப்பட்டனர். போரில் வென்ற புருக்களும், மேல் மத்ரர்களும் வளமான வட்சு நதிப்பகுதியை பங்கிட்டுக் கொண்டனர். இதன் பிறகு இந்திரன் பதவி நிலைத்து, பிற இன மக்களை ஒடுக்க உதவியது. இதனால் அடிமைகள் அதிகமானார்கள். இந்த சூழ்நிலை கி.மு. 2000 வரை தொடர்ந்தது. இக்காலகட்டத்திற்குள் வட்சு நதி பிரதேசப் பகுதியிலிருந்து, கோதுமை வயல்கள் நிரம்பிய சுவாத நதிப்பிரதேசத்திற்கு விரிந்தார்கள். பாமீர், ஹிந்துகுஷ், ஆகிய மலைப்பிரதேசங்களையும், பஞ்சகோரா குனா ஆகிய நதிபிரதேசங்களையும் கடந்து, சுவாத நதியின் இடது பகுதியில் குடியமர்ந்தனர். இப்பகுதியிலிருந்து 100 மைல் தூரத்தில், அசுரர்களின் குடியிருப்புகள் இருந்தன. அசுரர்கள் குட்டையாக செந்நிறம் கலந்த கருப்பு நிறத்தினராகவும் சப்பையான மூக்குமாக இருந்தார்கள். அவர்களுடைய நகரம் சுட்ட செங்கல், களிமண்ணால் கட்டப்பட்டிருந்தது. வீடுகள்,

வீதி அமைப்பு, சாக்கடை வசதி, சிறிய பெரிய குளங்கள், தடாகங்கள் என எல்லா வசதிகளுடன் அழகாக இருந்தது. பருத்தி ஆடைகளின் உபயோகம் இருந்தது. அடிமைகள் வாங்கவும் விற்கவும் பட்டனர். லிங்க வழிபாடு இருந்தது. எழுத்து உபயோகத்தில் இருந்தது. கல், மண், தோல் இவற்றில் சில அடையாளங்களை கிழித்து மற்றவர்களுக்கு கொடுக்கப்பட்டது. இந்த அடையாளங்களை பார்த்து, படித்து, அவர்கள்

தெரிந்து கொண்டார்கள். இந்தக்கால கட்டத்தில், ஆரியர்களின் எழுத்துக்குறி (*LH*) தோன்றவில்லை. பொருள் பண்டமாற்றத்தால், புருகுலத்தோர்க்கும் அசுரர்களுக்கும் தொடர்பு ஏற்பட்டது. அசுர இனத்தின் சிற்பிகள் செய்யும் ஆபரணங்களில் புரு குல யுவதிகள் மனதை பறிகொடுத்தனர். இந்நிலை கி.மு. 1800 வரை நீடித்தது. பல்வேறு நிலைகளில் ஏற்பட்ட உரசல்களாலும், பொருள் பண்டமாற்றில் ஏற்பட்ட பகைமையினாலும் புருகுல இனத்திற்கும், அசுரகுல இனத்திற்கும் இடையே

தேவ - அசுர யுத்தம் தொடங்கியது. கி.மு. 1800 ஐ ஒட்டி அசுர அரசன் - ஸம்பரனின் நூறு கோட்டைகளும் வீழ்ந்து விட்டன. இக்காலகட்டத்தில் புரு மற்றும் மத்ர என்ற ஆரிய இனம், இந்திய ஆரியர் என அழைக்கப்பட்டனர். அசுரர்கள் தவிர, கருப்பு நிறத்துடன் உள்ள கோல் ஜாதியினர் வனங்களில் கிராமம் அமைத்து வாழ்ந்தனர். ஆரிய - அசுர - கோல் ஜாதியினர் கூட்டுறவால் ஒத்தகலப்பு உருவாக ஆரம்பித்தது. இக்காலகட்டத்தில் அங்கிரா என்ற ஆரிய முனிவர், ஆரியர்களின் தனித்தன்மையைப் பாதுகாக்க முயற்சி மேற்கொண்டார். ஆரியர்கள் சிந்து நதி கரைக்கு கிழக்கு பிரதேசத்தில் காந்தாரம் (தட்சசீலம்) வரை பரவி விட்டனர். இப்போது இனக்கலப்பு நன்றாக உருவாகி விட்டது. இந்நிலை கி.மு. 1500 வரை நீடித்தது. இந்தோ ஆரியர்கள், சனாப் நதியை அடைந்து விட்டனர். பாஞ்சால சமுதாயம் யமுனா, கங்கை, இமய மலையின் மத்திய பிரதேசம் ஆகிய பகுதிகளில் வசிக்க ஆரம்பித்தனர். ஆரிய - அசுர கூட்டுறவால் ஆரியர்களிடம், அரசன், சேனாதிபதி, புரோகிதர் என்ற அதிகார வர்க்கங்கள் தோன்றின. அரசனுடைய மூத்த மகன் ராஜ பதவியையும், மற்ற வாரிசுகள் புரோகித

பதவியையும் கைப்பற்றினர். இந்திரன், அக்னி, சோமன், வருணன், துஷ்வதேவன் என்ற கடவுள்கள் வழிபாடு இருந்தது. அரசனும், புரோகிதர்களும் ஒரே இனத்தவர்கள். ஆனால் அரசர்கள் சத்திரியர்கள் எனவும், புரோகிதர்கள் பிராமணர்கள் எனவும் தனித்தனியே அழைக்கப்பட்டனர். முதல் நிலையில் இருந்த மக்கள் சமூகம், குடிமகன் என்ற அடுத்த நிலைக்கு வந்து விட்டது. இக்காலகட்டத்தில் விசுவாமித்திரர், வசிஷ்டர், ஆகிய முனிவர்கள் ஆரியரின் தனித்தன்மையை பாதுகாக்கப் பெருமுயற்சிகள் மேற்கொண்டனர். இத்தனித்தன்மையை மேம்படுத்தும் கவிதைகளும், மதச்சடங்குகளும் பிரபலமாயின. ருக் வேதம், வசிஷ்டர், விசுவாமித்திரர், பரத்துவாஜர் போன்ற முனிவர்களால் இயற்றப்பட்டது. வேதங்கள் இயற்றுவதும், அதை மனதில் பதிய வைப்பதும், ஆரிய மேலாண்மையும், நான்கு வர்ண தர்மங்களும், கி.மு. 700 வரை நீடித்தது. இக்காலகட்டத்தில் ஆரிய இன மக்கள் தவிர மற்ற இன மக்கள் கீழ் நிலைக்குத் தள்ளப்பட்டனர். சாதி அமைப்புகள் இறுக்கமாக உருவாக்கப்பட்டன. இந்நிலையைப் பாதுகாக்க வேத மந்திரங்கள் வெகுவாக திட்டமிட்டு உருவாக்கப்பட்டன. பல தலைமுறைகளாக இந்திரன், வருணன், பிரம்மா முதலிய தெய்வங்கள் பற்றிய சந்தேகங்கள் மக்கள் மனதில் ஏற்பட்டதால், ஆகாய வெளியிலும், மற்றும் எங்கும் நிறைந்திருப்பதும், புலன்களால் உணர முடியாததும் ஆன பிர்மத்தைப் பற்றி மக்களிடம் போதிக்கப்பட்டது. இந்த பிர்மத்தை தரிசிப்பதற்கு இந்த புலன்களுக்கு அப்பாற்பட்ட ஒரு நுண்ணிய புலன் மூலம்தான் முடியும் என்று கூறப்பட்டது. இந்த பிர்ம ஞானத்தை உத்தாலத்ஆருணி, யாக்யவல்ச்கியன் போன்ற முனிவர்கள் போதித்தனர். இப்போது பிர்ம ஞானத்தை பற்றியும் ஆத்மா, பரமாத்மாவை பற்றி விளக்குவதோடு, வேதத்தின் ரகசியத்தையும் தெளிவாக்கும் உபநிஷத்துக்கள். திட்டமிட்டு உருவாக்கப்பட்டன. இப்போது இறந்தவர்கள் மறுபடியும் இந்த உலகத்திற்கே வரும் மறுபிறப்பு பற்றியும் கூறப்பட்டது. இந்த

காலக்கட்டத்தில் அரசர்களிடமும், பிரமாணர்களிடமும், வியாபாரிகளிடமும் செல்வம் பெருகியது. அதே நேரம் தொழிலாளிகளும், விவசாயிகளும் அடிமைகள் ஆக்கப்பட்டு

ஏழைகளாகிக் கொண்டிருந்தனர். ஜனங்களிடம் நீங்கள் உழைத்து கஷ்டப்பட்டு சம்பாதித்ததை வீணாக ஏமாற்றி பிழைக்கும் பிராமணர்களுக்கு கொடுத்து ஏழையாக வேண்டாம், துன்பம், தியாகம், தானம் யாவும் நீங்கள் இறந்த பிறகு உங்களுக்கு மோட்சத்தைக் கொடுக்காது எனக் கூறி பிரச்சாரம் செய்பவர்களும் பெருகினார்கள். இவ்வாறு இவர்கள் கூறினாலும், இந்த உலகில் காணப்படும் ஏழை - பணக்காரன், உயர்வு - தாழ்வு முதலிய வேற்றுமைகள் யாவற்றிற்கும் காரணம், முன் ஜென்மத்தின் கர்ம பலன் தான் என்று கூறும் பிராமண கூட்டம் வலுவாக இருந்தது. பிதுர் லோகப் பாதை தேவலோகப் பாதை என்று ஜனங்கள் மத்தியில் யாக்யவல்ச்கியன் தலைமையில் பிரம்மவாதிகள் சபைகளை நடத்தினார்கள். குரு பாஞ்சாலத்தில் இந்த சபைகள், வேள்விகள் நடத்துவதை விட அதிக லாபகரமாக இருந்தது. இந்த சபையில் வெற்றி பெற்ற பிர்ம்மவாதிகள், ஆயிரக்கணக்கான பசுக்களையும், குதிரைகளையும், அடிமை பெண்களையும் பரிசாகப் பெற்றனர். இக்கால கட்டத்தில் இரும்பு உபயோகம் பெருகியது. இந்த மோசமான கால கட்டத்தில், கௌதம புத்தர், மகாவீரர், சார்வாகர், அஜீத்கேச கம்பளர் (பௌதீகவாதி) ஆகியோர் தோன்றினர்.

புத்தர் உபதேசிக்கும் நிலை – (கி.பி. 5ம் நூற்றாண்டு)

பவுத்தத்தின் தோற்றம்

புத்தரின் காலம் நாம் ஏற்கனவே கூறியபடி அடிமை வியாபாரம் செழித்தும், மாறாத ஆன்மா என்ற பிர்ம வாதமும், சாதிய அடிமைத்தனமும், மேல் சாதியினர், ஏனையோரை கருத்து ரீதியாகவும், ஆதிக்க உணர்வுடனும் மேலாண்மை செலுத்திய காலத்தில் தோன்றியவர். இவைகளை அறவே வெறுத்து, மனித குலத்திற்கும், மனிதனுக்கும் மேன்மை அளிக்கும் புதிய சித்தாந்தத்தை உருவாக்கினார். சமூக அரசியல், தனி மனித நெறிகளை போதித்தார். சங்கம் அமைத்து தனது கருத்துக்களைப் பரப்பினார். அவரது போதனைகளை முதலில் கேட்ட ஐந்து துறவரோடு தொடங்கி, விரைவில் அறுபது சீடர்கள் உடையதாக சங்கத்தை வளர்த்தார், தனது சீடர்களுக்கு அவர் கூறியதாவது,

''மிகப் பலரின் நன்மைக்காக, இன்பத்திற்காக உலகின்பால் கருணையோடு மானுடர், தேவர் யாவருக்கும் நலமும் இன்பமும் அளிப்பதற்காக செல்லுங்கள். தொடக்கத்திலும் சிறந்த, தொடர்ச்சியிலும் சிறந்த இறுதியிலும் சிறந்த, தம்மத்தைப் போதியுங்கள்'' என்று அறிவுரை வழங்கினார்.)

புத்தர் கூறிய அறிவுரைகள் இந்த நூலில் வரிசையாக கொடுக்கப்பட்டுள்ளன. மிக எளிமையான நடைமுறை வார்த்தைகளை பயன்படுத்தப்பட்டுள்ளதால் விளக்கங்கள் கூறப்படவில்லை.

புத்தர் மானுடத்தின் ஒருமையை பிரகடனப்படுத்தினார். அவர் சாதி, இன ஏற்றத் தாழ்விற்கும், பார பட்சத்திற்கும் எதிரானவராயிருந்தார். மனித குலத்தைப் பிரிப்பது அவரவர் தம் செயல்களேயன்றி, பிறப்பன்று என்று கூறினார். எந்த இனத்தைச் சேர்ந்த மனிதராயினும் பிணி மூப்பு சாக்காடு ஆகியவற்றுக்குட்படுவார் என எடுத்துக் கூறினார்.

பவுத்தம், உயிர்கள் யாவும் இன்பத்தை விழைகின்றன துன்பத்தை வெறுக்கின்றன என வலியுறுத்துகிறது. பவுத்தம்,

இல்லறத்தாரை நேரிய வழியில் பொருளீட்டவும், ஈட்டிய பொருளை பாதுகாக்கவும், அப்பொருளை பகிர்ந்து கொள்ளவும் ஊக்குவிக்கிறது.

பௌத்த இலக்கியங்கள், எளிய மக்கள் பேசும் பாலி மொழியிலேயே உருவாக்கம் செய்யப்பட்டன. பௌத்தர்கள், மும்மணிகள் என்ற தீஸரணத்தையும், ஐந்து சீலங்களையும், எண் வழிப்பாதைகளையும் நினைவில் வைத்தார்கள்.

மனிதன், பௌத்த சிந்தனைகளை ஏற்றுக் கொண்டால், அவனும் சமூகமும் நலமுடன் இருக்கும் என்பதில் ஐயமில்லை. அவரது போதனைகளின் சாரம் கீழ்க்கண்டவாறு உள்ளது.

1. மும்மணிகள்

2. நான்கு போதனைகள்

3. ஐந்து சீலங்கள்

4. ஆறு போதனைகள் (சிகால சுத்தங்)

5. எண்வழிப் பாதை

6. கடவுள், ஆன்மா இவற்றை மறுக்கும் தத்துவயியல்.

கௌதம புத்தர் வாழ்க்கை

கி.மு. 563 - 483

சித்தார்த்த கௌதமர் கி.மு. 563ல், கபிலவஸ்து நகருக்கருகில் இருந்த, உலும்பினி என்னும் வனத்தில் பிறந்தார். அவரது அன்னை பெயர் மாயா தேவி. தந்தை பெயர் சுத்தோதனர். இவர் சாக்கிய குடியரசின் சபை உறுப்பினர். எனவே மற்ற சபை உறுப்பினர்கள் போல அரசர் என அழைக்கப்பட்டார். சித்தார்த்தர் பிறந்த ஒரு வாரத்தில் அவரது தாயார் இறந்ததால், அவரை வளர்க்கும் பொறுப்பு சித்தார்த்தரின் சிறிய தாயாரான பிரஜாபதி கௌதமியின் மேல் விழுந்தது. வாலிப சித்தார்த்தர் எப்போதும் ஆழ்ந்த சிந்தனையுடனும், பற்றில்லாமலும் இருந்ததைக் கண்டு அஞ்சிய சுத்தோதனர், தனது மகனுக்கு கோலிய குடியரசைச் சேர்ந்த அழகி யசோதராவை மணமுடித்தார். ஒரு மகனும் பிறந்தான். ராகுலன் என்று பெயர் சூட்டினார். முதியவர்களையும், நோயாளிகளையும், இறந்து போனவர்களையும், துறவிகளையும் பார்த்த சித்தார்த்தருக்கு உலகின் மீது விரக்தி ஏற்பட்டது. ஒரு நாள் இரவு வீட்டை விட்டு வெளியேறினார்.

முதலில் ஆளாரகாலம் என்னும் அறிஞரிடம் சென்றார். அவர் கூறிய யோக விதிகள், சித்தார்த்தரின் ஐயத்தைப் போக்கவில்லை. பிறகு உத்தரராம் புத்திரர் என்பவரிடம் சென்றார். அங்கும் சில யோக விதிகளை கற்றிருந்தாலும், மன நிறைவு ஏற்படவில்லை. பின்பு போத கயாவுக்கருகில் சுமார் ஆறு வருட காலம் யோகமும் உண்ணா விரதமுமாக கடின தவம் புரிந்தார். இத்தவத்தால் அவரது உடல் பலவீனத்தின் எல்லையையே அடைந்து விட்டது. எழுந்து நிற்க முடியாத அளவுக்கு சோர்ந்து விட்டார். தவத்தால் ஞானம் அடைய முடியாது என நினைத்து, கொய்யாச் செடியின் குளிர் நிழலில் அமர்ந்து முதன் முதலாக தியானத்தில் மூழ்கினார். ஆனால் உடல் பலவீனமானதால் தியான சுகம் அடைய கடினமாக இருந்தது. எனவே திட உணவு உட்கொள்ள ஆரம்பித்தார்.

இதைப் பார்த்தவுடன், அவருடன் இருந்த ஐந்து சன்னியாசிகள் அவரை விட்டு அகன்றனர்.

பின்பு சித்தார்த்தர் அழகிய சோலையின் நடுவே பிரவாகம் எடுத்து ஓடும் நிரஞ்சனா நதியின் படித்துறை அருகில் உள்ள அரச மரத்தின் அடியில் தியானம் இருந்தார். அப்போது அவரது ஞானக்கண் திறந்து மனம் முக்தியில் நிலை பெற்று விட்டது.

சித்தார்த்தர் தனது 29ம் வயதில் கி.மு. 534 - ல் வீட்டை விட்டு வெளியேறி ஆறு ஆண்டுகள் யோகமும் தவமும் புரிந்து தியானத்தின் சிந்தனையின் வழியாக தனது 36 வது வயதில் கி.மு. 528 - ல் ஞானம் பெற்று புத்தரானார். பிறகு 45 ஆண்டுகள் தனது தத்துவ பிரச்சாரம் செய்து கொண்டு, அவரது 80வது வயதில், கி.மு. 483 - ல் குஸிநாராவில் நிர்வாணம் (முக்தி) அடைந்தார் (இயற்கை எய்தினார்). அவரது காலங்களில் பெரும்பாலும் உத்திர பிரதேசம், பீகார் முழுவதும் புத்தர் சுற்றித் திரிந்திருக்கிறார். அவர் இவ்விரு மாநிலங்களைக் கடந்து வெளியே சென்றவரல்ல. அசோகர், சக்கரவர்த்தியான இருபதாம் வருடம் அதாவது புத்தர் தோன்றிய 317 ம் ஆண்டுகளுக்குப் பிறகு உலும்பினிவனத்ததில் ஒரு கல்தூண் நிறுவினார். அக்கல்தூண் இன்றும் அப்படியே இருக்கிறது.

புத்தரான பிறகு அவர் தமது ஞானத்தை முதன்முதலாகப் பெறும் தகுதி தம்மை விட்டுச் சென்ற அந்த ஐந்து துறவிகளுக்கே இருக்கிறதென்று எண்ணினார். அவர்கள் இருப்பிடமான காசிக்கருகில் ஸாரநாத்தின் ருஷிபதன் கிருக்தாவத்துக்குப் போய்ச் சேர்ந்தார். அவர்களின் சந்தேகத்தை தீர்ப்பதே புத்தரின் முதல் உபதேசமாகும்.

புத்தர் ஆடம்பரமான உல்லாச வாழ்க்கையை வெறுப்பவர். அதே சமயத்தில் உண்ணாவிரதத்தால் உடலை வருத்துவதையும் விரும்பாதவர். சடங்குகளையும் பக்தியையும் விட அவர் ஞானத்தையும் பகுத்தறிவையுமே முக்கியமாகக் கருதினார். இக்காரணங்களால் புத்தர் தமது வாழ்நாளிலும் மறைந்த பின்னரும் அறிவுடைய மேதாவிகளைத் தம் பக்கம் கவர்ந்தார்.

புத்தர் பிறந்தது சாக்கிய குடியரசில், இறந்தது மல்ல குடியரசில். ஜனநாயக ஆட்சி முறை என்றால் அவருக்கு மிகுந்த விருப்பம். மகத சக்கரவர்த்தி அஜாதசத்ருவும், புத்தரும் நெருங்கிய நட்பு

கொண்டிருந்தாலும் சக்கரவர்த்தியின் பகைவர்களான வைஷாலி குடியரசின் லிச்சவிக்களை புத்தர் புகழ்ந்திருக்கிறார். ஒரு நாடு வெற்றி கொள்ள இயலாத்தாக இருப்பதற்கு கீழ்கண்ட விஷயங்களை குறிப்பிட்டார்.

1. அடிக்கடி எல்லோரும் கூடி முடிவுகள் எடுப்பது.
2. செய்த முடிவுகள்படி எல்லோரும் ஒன்றாகக் கடமையாற்றுவது.
3. ஒழுங்கைக் கடைபிடிப்பது.
4. முதியவர்களை மதித்து நடப்பது.
5. பெண்களை துன்புறுத்தாமலிருப்பது.
6. நாட்டின் தர்மத்தை அனுசரிப்பது.

இதன்படி வைஷாலி குடியரசு நடப்பதாக புத்தர் பெருமை கொண்டார்.

புத்தரின் கால்தடமும் அதில் குறிக்கப்பட்டுள்ள தர்மசக்கரமும்

புத்தர் மழைக் காலங்களை கழித்த ஊர்கள்

1. சாராநாத்: 528

2. ராஜகிருகம்: 527 - 525

3. வைஷாலி: 524

4. மங்குல்மலை (பீகார்): 523

5. த்ரயஸ்திரிம்ஷ்: 522

6. கனார்: 521

7. கௌசாம்பி (அலகாபாத்): 520

8. பாரிலேயக் (மீர்ஜாபூர்): 519

9. நாலா (பீகார்): 518

10. வைரஞ்சா (மதுரா): 517

11. சாலியமலை (பீகார்): 516

12. சிராவஸ்தி (கோண்டா): 515

13. கபிலவஸ்து: 514

14. ஆல்வீ (அரவல்): 513

15. ராஜகிருகம்: 512

16. சாலியமலை: 511, 510

17. ராஜகிருகம்: 509

18. சிராவஸ்தி: 508 - 484

19. வைஷாலி: 483

கௌதம புத்தரின் அடிப்படைத் தத்துவங்கள்

மூன்று எதிர்ப்பு தத்துவங்கள்

1. கடவுளை ஏற்றுக் கொள்ளாமலிருப்பது.
2. ஆன்மாவை நிரந்தரமானதென்று ஒப்புக் கொள்ளாமலிருப்பது.
3. எந்த ஒரு நூலையும் கடவுள் அருளியதாக ஒப்புக் கொள்ளாமலிருப்பது.

ஒரு அங்கீகார தத்துவம்

1. வாழ்வின் பிரவாகத்தைத் தற்போதைய உடலுக்கு மட்டும் சொந்தமாகக் கருதாமலிருப்பது

நான்கு சித்தாந்தங்களில் முதல் மூன்று, மனிதனை அடிமைத்தனங்களிலிருந்து விடுதலை செய்கின்றன. நான்காவது, நம்பிக்கை அளிக்கும் எதிர்காலத்தை உறுதி செய்கிறது. நன்னடத்தைக்கும் அடி கோலுகிறது. இந்த நான்கு சித்தாந்தங்கள் சங்கமித்ததே பௌத்தமாகும்.

அ. கடவுளை ஏற்றுக் கொள்ளாமலிருப்பது.

இவ்வுலகத்திற்குக் கடவுள் தானாகவே காரியமாக மாறி விடுகின்ற காரணமாக இருந்தால், உலகம் கடவுளின் மறு உருவமேயாகும். இதை ஒப்புக் கொண்டால், நாம் காணும் நல்லதும் கெட்டதும், சுக துக்கங்களும், கருணையும், குரூரமும் எல்லோமே கடவுளினால் ஏற்பட்டவை என்றாகி விடும். அப்படியென்றால் கடவுள் கருணை உள்ளம் படைத்தவர் அல்ல. அவன் மிக மிகக் கொடியவன். அனைத்து ஜீவராசிகளும் ஒன்றையொன்று கொன்று குவித்து தின்ன துடித்து நிற்கின்றன. நமக்கு தென்படுகிற தென்படாத இவ்வுலகத்திலெல்லாம், ஒரு மாபெரும் போர்க்களம் விரிந்து பரந்து இருப்பதும், அதில் வலுவில்லாத ஜீவராசிகள் வலுவுள்ள பிராணிகளின் குரூரத்திற்கு பலியாகிக் கொண்டிருப்பதும் புலப்படும். மறு

பிறவியை நம்புகிறவர்கள், எல்லாத் துன்பத்திற்கும் முன் ஜென்மத்திலே செய்த வினைதான் காரணமென்று கூறுவார்கள். ஆனால் இக்கூற்று சிந்தனைக்குரியது. சுய நினைவுள்ளவன்தான் நல்ல காரியங்களுக்கும் கெட்ட காரியங்களுக்கும் பொறுப்பாளியாவான். மனிதர்களைத் தவிர மற்ற பிராணிகள் தம்முடைய நல்ல, கெட்ட செயல்களைக் குறித்து ஒன்றுமே அறியாதவை. மற்ற உயிர்களைக் கொன்று தின்றே வாழக் கூடியவை. தமது செயல்களுக்கு பொறுப்பாளி ஆகமாட்டார். மனிதர்களிலும், சிறுவர்களையும், பைத்தியக்காரர்களையும், தவிர்த்து விட்டால் பொறுப்பானவர்களின் எண்ணிக்கை மிகக் குறைவானதாகி விடும்.

கடவுள் எல்லா சக்தியும் படைத்தவனானால், அவன் படைத்த மனிதன், கடவுளின் கைப் பொம்மையாகி விடுகிறான். அந்நிலையில் மனிதன் எந்த ஒரு கெட்ட செயலுக்கும், நல்ல செயலுக்கும் பொறுப்பாளியாக மாட்டான். உலகத்தில் மனிதன் துன்ப துயரங்களில் அல்லலுறுவது, கடவுளின் எல்லையற்ற கருணைக்கு எடுத்துக்காட்டாகுமா? கடவுளை ஒப்புக்கொள்ளாமல் மனிதன் தன் செயல்களால் நிகழ் காலத்தில் வாழ்கிறான்.

தானாகவே காரிய மாற்றக் கூடிய காரணம் இருப்பின், அது அசைவற்று எப்படி இருக்க முடியும். கடவுள் உலகைப் படைத்தான் என்றால் அது தானாகவே காரிய மாற்றக்கூடிய காரணத்தினாலா? இந்த காரணத்தினால் இல்லையென்றால், இல்லாமையிலிருந்து இருப்பது தோன்றுவதை ஒப்புக் கொள்வது போலாகும். அப்பொழுது காரண காரிய விதியே வீழ்ந்து விடும். அந்த நிலையில் உலகத்தைப் பார்த்து அதன் காரணத்தைக் கடவுளென்று ஒப்புக் கொள்ள வேண்டிய அவசியம் என்ன?

கடவுளை சிருஷ்டி கர்த்தாவென்று ஒப்புக் கொள்வது சரியல்ல. சிருஷ்டி என்பது எப்போதுமே இருந்து வருகிறது என்றால், அதனை சிருஷ்டிக்க ஒருவன் எங்கே தேவைப்படுகிறான். ஆகவே கடவுள் தானாகவே காரிய மாற்றும் காரணமாக இருக்கவும் முடியாது. பொறுப்பில்லா நடுவனாகவும் இருக்க முடியாது. உலகம் படைக்கப் பெறுவதற்கு ஏதாவதொரு

மூலக்காரணம் இருந்து தான் ஆக வேண்டும் என்ற அவசியம் - இல்லை. உலகம் படைக்கப் பெற்றதற்கு காரணம் யார் என்ற கேள்வியை நாம் கேட்டுக் கொண்டே எந்தப் பொருளிடத்திலும் அல்லது எந்த சக்தியிடத்திலும் நின்று விடுவதில்லை என்றால், கடவுளிடத்தில் மட்டும் ஏன் நின்று விட வேண்டும். கடவுளை அடிப்படைக் காரணமாக ஒப்புக் கொள்வது சரியல்ல. உண்மையில் கடவுள் என்பது மனிதனின் மனம் உருவாக்கியதாகும்.

கடவுளை நம்புகிறவர்கள் ஆயிரம் ஆயிரம் ஆண்டுகளாக மதத்திற்காக போர்களும் கலவரங்களும் செய்து ரத்த ஆறுகள் ஓடச் செய்து வருகின்றனர். ஆனால் கடவுள் தோன்றி எந்தவிதச் சமாதானமும் ஏற்படுத்தவில்லை. எனவே கடவுளை ஒப்புக் கொள்வது சரியல்ல.

ஆ. ஆன்மாவை நிரந்தரமாக ஒப்புக் கொள்ளாமலிருப்பது

புத்தர் காலத்திய பிராமணர்களும், சந்நியாசிகளும், மற்ற மதாச்சாரியர்களும் உடலுக்குள், ஆனால் உடலின்றும் வேறான ஒரு சாஸ்வதமான உணர்ச்சி, சக்தி நிறைந்திருக்கிறதென்றும், அதன் காரணமாக உடலில் சூடும் அறிவு பூர்வமான செயல் திறனும் காணப்படுகின்றன என நம்பினர். அவ்வுணர்ச்சி, சக்தி வினைப்பயன்படி ஒரு உடலை விட்டு வேறு உடலுக்குள் சென்று விட்டால், இவ்வுடல் குளிர்ந்து செயலற்றாகி விடும். இந்த நிரந்தரமான உயிர்ச் சக்தியை அவர்கள் ஆன்மா என்று கருதினர்,

புத்தர் இதை மறுத்து ஆன்மா என்பது ஒரு நிரந்தரமான அழிவற்ற பொருளல்ல. அது ஸ்கந்தங்கள்

என்று கூறப்படும் சொல், ஸ்பரிசம் உருவம், ரசம் வாசனை ஆகியவற்றின் கலப்பினால் ஏற்படும் ஒரு சக்தியாகும். இந்த சக்தி மற்ற பூதங்களை போன்று (நிலம், நீர், நெருப்பு, காற்று, ஒளி) வினாடிக்கு வினாடி தோன்றியும் மறைந்தும் வருகிறது. சித்தம் (மனம்) என்பது ஒவ்வொரு வினாடியும் தோன்றிக் கொண்டும், மறைந்து கொண்டுமிருந்தாலும் உடலுக்குள்

சித்தத்தின் ஓட்டம் இருக்கும் வரை உடல் உயிருள்ளதென்று சொல்லப்படுகிறது.

மனம் மாறி விடுகிறது. ஆன்மா மாறவில்லை என்று ஒருவர் கூறினால், அதற்குப் பதில் மனதிற்கு வெளியே ஆன்மா என்ற ஒரு பொருளில்லை. சித்தம், ஞானம், ஆன்மா எல்லாமே ஒன்று தான். உடல் உறுப்புகளை இணைத்து செயல்படுத்தும் ஒரு புலன் இருப்பதை நாம் ஒப்புக் கொள்ள வேண்டும். மனம் உடலின் எல்லா உறுப்புகளையும் தன் கட்டுப்பாட்டுக்குள் வைத்து இயக்குகிறது. அதுவே விஷயங்களை அறியவும், சிந்திக்கவும், முடிவு எடுக்கவும் செய்கிறது. மனமும் தனது அனுபவங்களை வரப்போகும் மனதிற்காக விட்டுச் செல்கிறது. அதுவே நினைவுக்கு காரணமாக அமைந்து வருகிறது. உண்மையில் அனுபவங்களின் முத்திரை தற்காலிக பொருள்களின் மீது தான் பதிய முடியும். ஆன்மாவை அழிவற்றதென்றும், நிரந்தரமானதென்றும் ஒப்புக் கொண்டால், அது நீண்ட காலம் வரை ஒரே விதமாக இருந்து விடும். என்றென்றும் ஒரே விதமாக இருந்து விட்டால் அனுபவங்களின் முத்திரை ஆன்மாமீது எங்ஙனம் பதியும்?. ஆன்மா ஒரு ஜடப் பொருள் அல்ல. அது உணர்ச்சிமயமாக இருப்பதால் புலன்கள் எடுத்துத் தரும் அறிவை தன்னுள் கிரகித்த பின்பு, அது அன்பு, பகைமை, மோகம் என பலவிதமாக மாறி விடுகிறது. அந்நிலையில் அது அனுபவங்களின் முத்திரை பதிவதற்கு முன்பிருந்த ஆன்மாவாக இருக்க முடியாது. எனவே ஆன்மாவை நிரந்தரமானதென்று எப்படி சொல்ல முடியும்? மனமும் ஆன்மாவும் ஒன்றே எனவும், அது நிரந்தரமானதென்றும் கருதினால் நான் முன்னர் இருந்தேன் இப்பொழுதும் இருக்கிறேன் என்ற உணர்வு எப்படி உண்டாகும். உண்மையில் ஆன்மா சாஸ்வதமானதல்ல,

இ. எந்த நாலையும் கடவுள் அருளியதாக ஒப்புக் கொள்ளாமலிருப்பது

எல்லா மதத்தினரும் தமது முக்கிய மத நூலைக் கடவுளே அருளியதென்று நம்பவும், மற்றவர்களை நம்ப வைக்கவும் முயற்சி செய்கின்றனர். இவற்றுள் கூறப்பட்ட பல விஷயங்கள் விஞ்ஞான ஆராய்ச்சிகளுக்கு எதிராக உள்ளது. அப்படி இருக்கும்

போது அந்நூலில் கூறப்பட்டுள்ளவை குறைவற்ற தென்றும், கடவுள் அருளியவை என்றும் எப்படி நம்புவது. அவைகள் விஞ்ஞான ஆராய்ச்சிக்கு விரோதமானவையல்ல என்றால் அது எப்படி நிருபணமாயிற்று. அவைகளில் கூறப்பட்டவைகளை நிருபிக்க வேண்டுமென்றால் மனித அறிவைத்தானே துணையாகக் கொள்ள வேண்டும். அந்த நிலையில், வேதங்களை விட மனித அறிவு தானே நம்பிக்கைக்குரியதாகி விடுகிறது.

உண்மையில் கடவுளே இல்லாத போது, கடவுள் அருளிய நூல் எங்கிருந்து வரும். எந்த நூலையும் கடவுள் படைத்ததாகக் கருதுவது மனிதரிடையே சகிப்புத் தன்மையை அழித்து விடுகிறது. ஒரு மத நூல் கடவுளால் படைக்கப்பட்டதென்று நம்புவதால், அதில் தரப்பட்ட விஷயங்கள் மீது ஐயம் எழாது. அந்நிலையில் மேலும் தெரிந்து கொள்ள வேண்டுமென்ற எண்ணமே அழிந்து போகும். புதிய புதிய விஷயங்களை மேலும் மேலும் தெரிந்து கொள்ள வேண்டுமென்ற ஆராய்ச்சி மனப்பான்மைகள் உலகில் எத்தனையோ புதிய விஞ்ஞானக் கண்டுபிடிப்புகளை கண்டுபிடித்தது.

ஈ. வாழ்கைப் பிரவாகத்தை இந்த உடலின் முன்னும் பின்னும் நம்புவது

உடலும் மனமும் மாறிக்கொண்டே வருகின்றன. வரப்போகும் மன நிலையும் முந்தைய மனநிலையின் பரிணாம வளர்ச்சியே ஆகும். அங்கே நாம் எந்த ஒரு இடைநிலையையும் கவனத்திற்கு கொள்ளமால் விட்டுவிட முடியாது. இவ்வித காரணகாரிய தொடர், பிறப்பிலிருந்து இறப்பு வரை தடங்கலின்றி நிகழ்ந்து கொண்டே இருக்கும். வாழ்க்கையின் துவக்கத்திலிருந்து இறுதி வரை காரண காரிய தொடர், இத்தனை வலுவாக இருக்கும் பொழுது, வாழ்கையிலே எந்த ஒரு நிகழ்ச்சியுமே திடீரென்று நிகழாமல் இருக்கும் பொழுது, வாழ்வின் ஆரம்பத்தில் பிறப்பை மட்டும் தற்செயலானதாக நாம் ஏன் கருத வேண்டும்?. தற்செயலானது என்பது காரண காரிய தொடர்பையே நிராகரிக்கிறது. காரண காரிய தொடர்பில்லமால் எந்த விஷயத்தையுமே யாராலும் நிருபிக்க முடியாது. ஒவ்வொரு முந்தைய வாழ்வும் வரப்போகும்

வாழ்வை நிர்மானிக்கிறது என்று சொல்லலாம். உண்மையில் வம்ச பரம்பரைக்கும் சூழ்நிலைக்குமான காரணங்களை, இதற்கு முந்தைய வாழ்க்கைப் பிரவாகத்தில் தேட வேண்டும். தற்போதைய நம் உடலின் வாழ்க்கை பிரவாகம் ஒரு நீண்ட நெடும் வாழ்க்கை பிரவாகத்தின் ஒரு பகுதியே என்பதும், இதன் முந்தைய பிரவாகம் பல காலத்திலிருந்து தொடர்ந்து வந்து கொண்டிருக்கிறது என்பதும், வருங்காலத்திலும் பல காலம் தொடர்ந்து வரும் என்றும் தெரிய வருகின்றன.

வாழ்க்கைப் பிரவாகத்தை இவ்வுடலின் முன்பும் பின்பும் நம்புவதால் மிகவும் மோசமான மனிதன் கூட திறமையானவனாக ஆகலாம் என்ற நம்பிக்கை பெறலாம். அப்பொழுதே ஒரு மாபெரும் சிறந்த லட்சியத்திற்காக, தம் வாழ்வை அர்பணிக்கக் கூடிய தியாக புருஷர்களை மிகப்பெரிய அளவில் நம்மால் உருவாக்க முடியும். அப்பொழுதே மனிதன் தன் கெட்ட நல்ல காரியங்களின் பொறுப்பை உணர்ந்து, மற்றவர்களின் கெடுதல்களிலிருந்து தன்னை பாதுகாத்து கொள்ளவும் இயலும். சமுதாயத்தின் நன்மைக்காக உயிர் தியாகம் செய்ய தயாராக இருப்பதும், சமுதாயத்திற்கு கேடு விளைவிக்கும் எண்ணம் இல்லாமல் இருப்பதும், உலக நலனுக்கு உகந்ததாகும். உலக நன்மை உண்மையில் இவ்விரு அம்சங்களையும் சார்ந்து இருக்கிறது. தற்போதைய இந்த உடலே முதலாவதும்

இறுதியானதும் ஆகும். என்று நம்பினால், இனி முன்னேறிப் போக வேண்டுமென்ற எண்ணமே மனிதனில் நசிந்து போய் விடும். இதன் பயனாக மனிதனது வீழ்ச்சி ஆரம்பம் - ஆகி விடும்.

தனி மனிதனின் எதிர்காலத்தை ஒளி மயமாக்குவதற்கு இது ஒரு சிறந்த வழியாகும். இந்த நம்பிக்கையே இல்லாமற் போனால் எந்த ஒரு லட்சியத்தையும் அடைய முடியாது.

புத்தர் தோன்றியது - கி.மு. 563 வைகாசி மாதம் பவுர்ணமி அன்று

புத்தர் மெஞ்ஞானம் பெற்றது - கி.மு. *328* வைகாசி மாதம் பவுர்ணமி அன்று

புத்தர் பரிநிர்வாணம் அடைந்தது - கி.மு. *483* வைகாசி மாதம் பவுர்ணமி அன்று

பவுத்தம் — ஒரு பார்வை

1. பவுத்தம் ஒரு முழுமையான விஞ்ஞான மார்க்கமாகும்.

2. பவுத்தத்தில் பெருங்கருணைக்கும் பேரறிவிற்கும் முக்கியத்துவம் அளிக்கப்படுகிறது.

3. அ. பவுத்தம் குருட்டு நம்பிக்கைகளை நிராகரிக்கிறது.

   ஆ. இயற்கைக்கு மீறிய சக்திகளின்பால் கொள்ளும் அச்சத்தை அகற்றுகிறது.

   இ. சிந்தனை சுதந்திரத்தை வழங்குகிறது.

   ஈ. தர்க்கத்தை ஊக்குவிக்கிறது.

   உ. பகுத்தறிவை வளர்க்கிறது. பவுத்தம் முழு அன்புறு கருணையையும், பொறையுடைமையையும், நல்விருப்பையும் நிறைவுறக் கொண்டதோர் நல்வாழ்வு நெறியாகும்.

   எ. பவுத்தம் அனைத்து உயிர்களுக்கும் அமைதியையும், இன்பத்தையும் நல்குவதாகும்.

   ஏ. பவுத்தம் உலகத் துன்பங்கள் யாவினுக்கும் உரிய மருந்து.

   ஐ. பவுத்தம் ஒரு சிகிச்சைப் போன்றது. பவுத்தம் வாழ்வின் உண்மை இருப்பு நிலையயையும் பேரின்பம் நிலையையும் அடைய வழிகாட்டுகிறது. வாழ்வின் துன்பமான பகுதிகளை, பவுத்தம் ஒரு போதும் மறைத்துக் காட்டுவதில்லை.

   ஒ. பவுத்த நெறி எளிமையானது. எளிதில் கற்க தக்கன, பயில தக்கன, உணர தக்கன, நடைமுறைப்படுத்த தக்கன, உடன் பயனளிக்க தக்கன.

   ஓ. பவுத்தம் மறைக்கப்பட்டதை வெளி கொணர்கிறது. வழி தவறியவருக்கு வழி காட்டுகிறது. இருளில் ஏற்றப்பட்ட தீபம் போன்றது. கண்ணுள் யாவர்க்கும் காணத் தக்கது.

தம்மபதம் என்றால் என்ன?

புத்தரின் போதனைகள் தம்மம் எனப்படும். தம்மபதம் அல்லது தம்ம வழி என்பது மனிதருக்கும் மனிதருக்குமிடையே உள்ள சமூக பரிவர்த்தனைகள், ஒழுக்கம், நன்னெறி, சமூக கடமைகள் பற்றிய போதனைகளாகும். தம்மபதம் 26 அத்தியாயங்களும், 423 உபதேசங்களையும் கொண்டது.

புத்தர் போதனைகளின் தொகுப்பு

புத்தரின் போதனைகள் தம்மம் எனப்படும். அவைகள் கீழ்க்கண்டவாறு தொகுக்கப்பட்டுள்ளன.

அ. பேருரைப் பகுதி (சுத்த பிடகம்)

ஆ நன்னடத்தைப் பகுதி (விநய பிடகம்)

இ. உன்னதக் கோட்பாட்டுப் பகுதி (அபிதம்ம பிடகம்)

அ. பேருரைப் பகுதி (சுத்த பிடகம்)

இப்பகுதி பிக்குகளுக்கும், இல்லறத்தார்க்கும் பல்வேறு சமயங்களில் வழங்கப்பட்ட பேருரைகளைக் கொண்டுள்ளது. இவைகள் ஒழுக்கம், நன்னெறி, சமூகக் கடமைகள் மற்றும் அன்றாடப் பிரச்சனைகள் பற்றிய பேருரைகளாகும்.

சுத்தப் பிடகம் ஐந்து தொகுப்புகள் அல்லது நிகாயங்களைக் கொண்டதாகும்.

நிகாயம்

f) நீண்ட பேருரைகள் (தீகநிகாயம்)

ii) இடைப்பட்ட அளவு பேருரைகள் (மஜ்ஜிய நிகாயம்)

tit) உறவுடைக்கூற்றுகள் (சம்யுக்த நிகாயம்)

iv) சிற்றுரைத் தொகுப்பு (குத்தக நிகாயம்)

V) படிப்படியான உரைகள் (அங்குத்தர நிகாயம்)

இவற்றுள் சிற்றுரைத் தொகுப்பு (குத்தக நிகாயம்) என்பது பதினைந்து நூற்களை உடையதாக உள்ளது. அவற்றில் நன்கறியப்பட்டதாய் உள்ளவை தம்மபதம் (தம்ம வழி) மற்றும் சுத்த நிபாதம் (தொகுக்கப்பட்ட போதனைகள்)

ஆ. நன்னடத்தைப் பகுதி (விநய பிடகம்)

பிக்குகள், பிக்குணிகள் ஆகியோர்க்கான நடத்தை விதிமுறைகளை விளக்குவதாகும். இது அய்ந்து நூற்களாக உள்ளது.

இ. உன்னத கோட்பாட்டு பகுதி (அபிதம்ம பிடகம்)

உன்னதமான தத்துவங்களை விளக்குவதாகும். இது ஏழு நூற்களை உடையது.

போதி மரம் (அரச மரம்)

அரச மரம், இன்றும் மங்களச் சின்னமாக கருதப்பட்டு அதன் கிளைகள் திருமண நிகழ்ச்சிகளில் முதன்மையாகப் பயன்படுத்தப்படுகிறது.

புத்தரின் அடிப்படை போதனைகள்

i) அ) நான்கு உன்னத வாய்மைகள்.

ஆ) ஐந்து சீலங்கள்

ii) உன்னதமான எண்வழிப்பாதை

iii) உயிர்க்கூறு பகுப்பு ஆய்வு (அய்ந்து கூட்டுப் பொருள்கள்)

tv) இருப்பின் உண்மை நிலை

V) உயர்ந்த ஒழுக்கக் கோட்பாடும், உன்னத நன்நெறியும்

Vi) சார்பு நிலைத் தோற்றுவாய்

vii) படைப்புக் கடவுள் இல்லை.

viii) செயல் (கம்மா)

ir) மறு உயிர்ப்பு (மீள் உருவாக்கம்)

x) நிப்பாணம்

i) அ) நான்கு உன்னத வாய்மைகள்

1. துக்கம் வாழ்வில் உள்ளது.
2. துக்கத்திற்கு காரணம் உள்ளது.
3. துக்கம் ஒழிக்கப்படக் கூடியது.
4. துக்கத்தை ஒழிக்க வழி உள்ளது.

ஆ) ஐந்து சீலங்கள்

1, கொல்லாமை

2. கள்ளுண்ணாமை

3. களவு செய்யாமை

4. பொய் சொல்லாமை

5. பிறன்மனை சேராமை

ii) உன்னத எண் வழிப்பாதை

1. நல்லுணர்வு - நான்கு உன்னத வாய்மைகளை, மெய்மைகளை உணர மனம் மாசற்றதாக இருக்க வேண்டும்.

2. நல் நினைவு - பேராசை தன்னலம், வெறுப்பு, சினம், தீய செயலில் விருப்பு, கொடுமை, பழி தீர்த்தல் போன்ற தீய எண்ணங்களிலிருந்து விடுபடுதல்

3. நல்லுரை - இனிய சொற்களை மெய்மை, இனிமை, பயன், கனிவு ஆகியவற்றுடன் அவசியமான இடத்தில் உரைத்திட வேண்டும். தவிர்க்க வேண்டியது - பொய்யுரை, புறங்கூறல், இன்னாச்சொல், பயனிலா சொல்.

4. நற்செயல் - பிற உயிர்களிடம் அன்பு காட்டி அவர் தம் உடமைகளுக்கு உரிய மதிப்பளித்து, நல்லொழுக்க நெறிகளில் நின்று, புலன்களைக் கட்டுப்படுத்துதல் ஆகும்.

5. நன்முயற்சி - தீய நிலைகள் எழுவதைத் தடுத்து அவ்வாறு ஏற்கனவே இருப்பதை ஒழித்து நன்னிலைகளை எழுப்பி, முன்னமே முளைத்த நன்னிலைகளை வளப்படுத்துதல்.

6. நல்லூதியம் - அடிமை வணிகம், இறைச்சி வணிகம், ஆயுத வணிகம், போதைப்பொருள் வணிகம், விஷப் பொருள் வணிகம் ஆகியவற்றை தவிர்த்து உழவு, கால்நடை வளர்ப்பு, இதர மக்கள் நலன் காக்கும் வணிகத் தொழில்களில் ஈடுபட்டு, பொருள் ஈட்ட வேண்டும்.

7. நல்லூற்றம் - உடல், மனத்தின் செயற்பாடுகள் உணர்ச்சிகள் சிந்தனைகள் மற்றும் மன நோக்கங்கள் ஆகியவற்றைப் பற்றிய விழிப்புணர்வும், ஊக்கமும் ஆகும்.

8. நற்சமாதி - மனதை ஒருமுகப்படுத்தி, வளப்படுத்தி, மனம் சலனப்படுவதைத் தவிர்த்து, மிக உயர்ந்த நிலையுடைய மன ஒருமுகப்படுத்துதல் ஆகும்.

iii) உயிர்கூறு பகுப்பாய்வு

ஒரு தனி மனிதன், உடல் மற்றும் மனதின் சேர்க்கையாக உள்ளார். மனம் உடலைச் சார்ந்துள்ளது. உடல் மனதைச்

சார்ந்துள்ளது. உடல், திடம், திரவம், வெப்பம், இயக்கம் ஆகிய தன்மைகளையுடைய பொருள்களின் சேர்க்கையாக உள்ளது. இவற்றின் புலன்களாக கண், காது, மூக்கு நாக்கு மெய் எனவும், இவற்றை கட்டுப்படுத்த மனமும் உள்ளது. மனம் புலனுணர்ச்சிகள், உணர்வுகள், மன உருவாக்கங்கள்,

தன்னுணர்வு ஆகிய நினைப்பு நிலைகளால் உருவாகியுள்ளது.

அ) பவுத்தத்தின் கருத்துப்படி ஒரு மனிதன் என்பது கீழ்க் கண்ட சேர்க்கையாகும்

1. உடல் - மனம், புலன்களின் சேர்க்கை
2. புலன் உணர்ச்சிகள் - புலன்களால் ஏற்படும் உணர்ச்சிகள்
3. உணர்வுகள் - புலன்கள் தெரிவிக்கும் பார்வை, ஒலி, வாசம், சுவை ஆகிய உடலியல் பதிவுகள் அல்லது எண்ணங்கள்
4. மன உருவாக்கம் - விருப்புறு செயல்கள் அல்லது செயல் திறன்களால் உருவாக்கும் நிகழ்வுகள்
5. தன்னுணர்வு - எந்த ஒரு செயல் திறனுக்குமான பிரதிபலிப்பு தன்னுணர்வு ஆகும்.

மேலே கூறப்பட்டவை சூழல்களோடு தோன்றுபவை, சூழல்களோடு மறைபவை. எனவே அவை நிலையற்றவையாகும்.

உடலும் மனமும் எப்போதும் இடையறாமல் மாறிக் கொண்டே இருப்பதால், ஒரு மனிதர் என்பது மாறுதலுக்குட்படும் ஓர் இருப்பு நிலையாகும். நான் என்று ஓர் தனி மனிதர் தன்னை கூறிக் கொள்வது, கருத்து தொடர்புக்காகப் பயன்படுத்தும் பழக்கச் சொல்லாகும்.

மனம் - இது புலனுணர்வின், அடிப்படையான செயல் திறனாகப் கருதப்படுகிறது. இது நினைப்பு நிலைகளால் உருவாகியுள்ளது.

மனம் அங்குமிங்குமாய்த் தனக்குத்தானே, அலை பாய்ந்து, உணரப் படாமலும் அறியப்படாமலும், விரைந்து மாறும் தன்மையுடையது. ஒன்றை விட்டு மற்றொன்றிற்குத் தாவும் தன்மையது. பேராசை, பொறாமை, வெறுப்பு, ஏமாற்றம்

முதலிய குறைபாடான குணங்களால் எளிதில் கறைபடக் கூடியது. மனிதர்களைப் பரபரப்புக்கும் கவலைக்கும் உள்ளாக்குவது.

மனதைப் பண்படுத்துதல் - இது தியானம் மூலம் அடையப் பெறுகிறது. மனதை தியானத்தால் அமைதிப்படுத்தவும், கட்டுப்படுத்தவும் முடியும். கட்டுப்படுத்தப்பட்ட மனத்தைப் போல ஒரு மனிதனுக்கு நன்மைகளை கொணர்வது வேறோன்றுமில்லை.

தியானத்தின் பலன்- தியானம் மூலம் மகிழ்ச்சியான உறக்கம், அமைதியான விழிப்பு, தீய கனவுகள் இன்மை , மனித உயிர்களிடத்திலும், பிற உயிர்களிடத்திலும் நேயமாய் இருத்தல், மனம் ஒருமுகப்படுதல், மகிழ்ச்சியாயிருத்தலும், எளிய மற்றும் தூய தோற்றமும் பெறல். இறக்கும் தருவாயில் அமைதியாய் இறத்தல். இன்புறு மறுமை பெறல்.

ஆ) பவுத்த தியானம் இருபடி நிலை உடையது

1. அமைதித் தியானம் - மனதை அமைதிப்படுத்திக் கட்டுப்படுத்துகிறது. காமம் நீக்கப்படுகிறது.
2. உள்நோக்கு தியானம் - மெய்யறிவை வளர்க்கிறது. தன் அறியாமையை ஒழித்து, ஒருவர் உள்ளதை உள்ளவாறு உள்ள நிலைமையையும், திருப்தியின்மையையும், மற்றும் அகந்தையின்மையையும் காண முடியும்.

தியானம் செய்முறை:

தியானத்தில் எல்லாவகையிலும் எளிமையானதும், புத்தரால் போதிக்கப்பட்டதுமான, சுவாசித்தலில் விழிப்புடைமை சிறப்பானதாகும்.

1. ஓர் அமைதியான இடத்தில் அமர்தல்
2. தன் சொந்த சுவாசத்தை கூர்ந்து கவனித்தல் (உள்ளிழுப்பது, வெளியிடுவது, இரண்டையும்)
3. உடலுக்குள் சுவாசம் உட்புகுவதையும், வெளிப்படுவதையும், உணர்வதையும் வளர்த்தல்

தொடக்கத்தில் மனம் அலைபாயத் தொடங்கும். உள்ளும் புறமுமாய்ச் சுவாசம் செல்வதை உற்றுக் கவனிக்க முயற்சி தேவைப்படுகிறது. இருப்பினும், மீண்டும் மீண்டும் அடிக்கடி பயிற்சி செய்வதால், ஒருவர் நீண்ட நேரத்திற்கு சுவாச விழிப்புடைமையை, கூர்ந்து கவனித்தலை, ஒருமுகப்படுத்த முடியும். இது நன்கு பயிற்சி செய்து வளர்க்கப்படுமேயாயின், அது மனதை அமைதியுடையதாகவும், உன்னதமாகவும் ஆக்குகிறது.

iv) இருப்பின் உண்மை நிலை

பவுத்தம் முதலில் மனிதர்களை மட்டுமே பொருட்படுத்தி விளக்குகிறது.

1. நிலையாமை - பிரபஞ்சத்தில் மாறாததும், நிலையானதும் ஏதும் இல்லை. மனிதராயினும், பிற உயிர்களாயினும், நீடித்திருக்க இயலாமல் அழிந்தே தீரும். அனைத்து பொருள்களும் தோற்றமும், மாறும் நிலையும் உடையவை. எனவே நிலையற்றவை.

2. திருப்தியின்மை - விரும்பத்தகா நிகழ்வுகள், துன்பத்திற்கும், துயரத்திற்கும், வேதனைக்கும், காரணமாகின்றன. அனைத்து உயிர்களும் இன்பத்தை விரும்புகின்றன, துன்பத்தை வெறுக்கின்றன. எனினும் மகிழ்ச்சி எப்போதும் நீ டிப்பதில்லை.

   மகிழ்ச்சி முடிவுறுகையில் ஒருவன் வேதனை அடைகிறான். வாழ்க்கையில் திருப்தி இல்லாமல் போகிறான். திருப்தியின்மையை உணர்வது.

   விரக்திக் தத்துவமன்று, அதை உணர்வது வாழ்வின் இருப்பு நிலையான அடிப்படை தன்மையை உணரும் விழிப்புடைமையாகும்.

3. ஆன்மா - தனி மனிதர் என்பது, மாறுதலுக்குட்படும் ஓர் இருப்பு நிலையாகும்.

   எவரிடத்திலும் நான் தான் ஆன்மா என, வழங்கத்தக்க நிலையானது ஏதும் இல்லை.

பொருட்கள் நிலையானவை என்ற கருத்தோடு நாம் பிணைந்து விடுவதால், திருப்தியுள்ளவர்களாய், ஆன்மா உள்ளது போன்ற உணர்வுகளுடன் ஒன்றி விடுகிறோம். உண்மை வேறாக உள்ளது. பொருள்கள் யாவும் நிலையற்றனவாய், திருப்தியற்றனவாய், ஆன்மா அற்றவனாய் உள்ளன.

இவை முப்படி நிலை அல்லது மூன்று முத்திரைகள் என அழைக்கப்படும்.

(v) உயர்ந்த ஒழுக்கக் கோட்பாடும் நன்நெறியும் செயல்கள்

புகழ்ச்சிக்குரிய செயல்கள்

1) ஈகை
2) ஒழுக்கம்
3) தியானம்
4) மரியாதை
5) தொண்டு
6) பகிர்ந்து கொள்ளல்
7) பிறரின் செயல்களில் மகிழ்தல்
8) தம்மத்தை செவி மடுத்தல்
9) தம்மத்தை விவரித்தல்
10) கருத்துக்களை சீர்படுத்துதல்

இகழ்ச்சிக்குரிய செயல்கள்

1) கொலை
2) களவு
3) விபச்சாரம்

4) பொய்யுரைத்தல்

5) கடுஞ் சொற்களுரைத்தல்

6) புறங்கூறல்

7) வீணுரை புகல்

8) அவா

9) பகைமை

10) தவறான கருத்துக்கள்

vi) சார்புநிலைத் தோற்றுவாய்

இது வாழ்க்கையோடு பொறுத்தப்பட்ட காரணகாரிய கோட்பாடு, சார்புநிலைத் தோற்றுவாய் உலகத்தின் தோற்றம் பற்றிய கோட்பாடன்று. மாறாக அது பொருள்களின் இருப்பு எவ்வாறுள்ளதென விளக்குகிற கோட்பாடு, அது மனித இன்னல்களுக்கான காரணத்தைக் காட்டுகிறது. ஒவ்வொரு கணமும் வாழ்க்கையின் நிகழ்வுகள், பிறப்பு இறப்பெனும் சுழற்சியில் தான் என்று விளக்குகிறது. ஒழுக்க விதி என்பது காரண காரியத்தை அடிப்படையாகக் கொண்ட ஓர் இயற்கை முறைமையேயாகும். நற்செயல்கள் நல்விளைவுகளையும், தீய செயல்கள் தீய விளைவுகளையும் உண்டாக்குகின்றன. இந்த விளைவுகளை, நற்பயன் அல்லது தண்டனை என்று கொள்ளாமல், செயல்களின் விளைவுகளாக பவுத்தம் கொண்டு, செயல்களும் அதன் விளைவுகளும் பற்றியே பவுத்தம் போதிக்கிறது. இந்த சார்புநிலைத் தோற்றுவாய் சிறந்த போதனை. இதை உணராமலும் உய்த்தறியாமலும் இருப்பதாலேயே, உயிர்கள் சிக்கலான நூலுருண்டை போல் சிக்கலுக்காட்பட்டு விடுகின்றன.

காரணமும் அதன் விளைவும், ஒன்றோடு ஒன்று தொடர்புடையது என்று மேற்கண்ட கோட்பாடு தெரிவிக்கிறது. சார்புநிலைத் தோற்றுவாய், நிகழ்வுகளின் சங்கிலிக் கோர்வை அல்ல என்றும், மாறாக ஒரு நிலையின் நிகழ்வு, அதற்கு முந்திய நிலையை சார்ந்திருக்கிறது என தெரிவிக்கிறது.

அ) காரண-காரிய கோட்பாடு

1. காரணமின்றி எதுவும் தோன்றவில்லை.
2. ஒரு தனிக் காரணத்திற்காக எதுவும் தோன்றுவதில்லை.
3. சார்பற்று எதுவும் இருப்பதில்லை.
4. மற்றவற்றின் பாதிப்பின்றியும், தொடர்பின்றியும் எதுவும் இருப்பதில்லை.
5. முதற்காரணம் என்று எதுவும் இல்லை.

ஆ) வாழ்க்கையின் சுழற்சி

1. அறியாமை நம் இன்னல்களை விளைவிக்கிறது.
2. அறியாமையைப் பொறுத்து - விருப்புள்ள செயல்கள் விளைகின்றன.
3. விருப்புள்ள செயல்கள் பொறுத்து - தன்னுணர்வின் மீள் தொடர்பு விளைகிறது.
4. தன்னுணர்வின் மீள் தொடர்பை பொறுத்து - மனமும் உடலும் தோன்றுகின்றன.
5. மனத்தையும் உடலையும் பொறுத்து - ஆறுபுலன்களின் அடிப்படைகள் தோன்றுகின்றன.
6. ஆறு புலன்களின் அடிப்படை பொறுத்து - தொடர்பு (ஸ்பரிசம்) தோன்றுகிறது.
7. தொடர்பை பொறுத்து - உணர்ச்சி தோன்றுகிறது.
8. உணர்ச்சியை பொறுத்து - அவா தோன்றுகிறது.
9. அவாவைப் பொறுத்து - பற்று தோன்றுகிறது.
10. பற்றினைப் பொறுத்து - உருவாக்கம் தோன்றுகிறது,
11. உருவாக்கத்தைப் பொறுத்து - பிறப்பு தோன்றுகிறது.
12. பிறப்பைப் பொறுத்து - இன்பம் - துன்பம், வேதனை-மகிழ்ச்சியின்மை முதுமை - இறப்பு, ஆகிய நிகழ்வுகள் தோன்றுகின்றன.

இவ்வாறாக வாழ்க்கையின் சுழற்சி அமைகிறது.

இதில் கூறப்பட்ட அறியாமை என்பது நான்கு உன்னத வாய்மைகளைப் பற்றிய உண்மை அறிவு இன்மையே.

உருவாக்கம் என்பது இருப்பின் பழைய விளைவுகளின் பயனான பரிணாமத்தைக் குறிக்கிறது.

இந்த சுழற்சியை உடைக்கும் மையப் புள்ளி அவாவுக்கு ஈர்ப்புக்கும் இடையில் உள்ளது. ஒருவர் அவாவைக் கைவிட்டு விடுவாராயின் ஆங்கு ஈர்ப்பு இல்லை. அறியாமை அழிக்கப்பட்டு, அறிவாக மாற்றப்படுமாயின், அவாவென்னும் அபாயம் நீக்கப்படுகிறது.

vi) படைப்புக் கடவுள் இல்லை

(இது குறித்து தத்துவவியலில் ஏற்கனவே விரிவாக ஆராயப்பட்டுள்ளது.)

viii) செயல் (கம்மா)

செயல் (கம்மா) எனப்படுவது விழைந்து புரியும் செயல். இது நடத்தை காரண விதியாகும். வாழ்வில் தாக்கம் ஏற்படுத்தும் வலிய மன ஆற்றலாகும்.

காற்று, தீ கனிகள் எங்கே சேமித்து வைக்கப்படுகின்றன? சூழல்கள் தோன்றும் போது காற்று வீசுகிறது. தீ எழுகிறது. மரங்களில் கனிகள் தோன்றுகின்றன. அது போல் ஆற்றலானது, சூழல் நேர்கையில் தன்னைத்தானே வெளிப்படுத்துகிறது.

1. விருப்புற்ற ஒருவன் தன் உடலால், உரையால், உள்ளத்தால் செயல்களை புரிகின்றான். இது கம்மாவாகும்.

2. அனிச்சையான, விருப்பற்ற, தற்செயலான செயல்கள் கம்மா அன்று.

3. கம்மா ஒருவனின் சொந்த செயல்பாடுகள் ஆகும். அது அழிவு நிலை வாதமன்று. அது பிறரால் திணிக்கப்படுவதில்லை. ஒருவர்க்கு தன் செயல்களை நல்லவனவாகவோ, தீயவனவாகவோ மாற்றிக் கொள்ளும் ஆற்றல் உள்ளதால் அவர் தன் சொந்த கம்மாவைத்தானே உருவாக்கிக் கொள்கிறார்.

விருப்புறு செயல்கள் நல்லனவாக இருந்தால் நற்கம்மா எனவும், தீயனவாக இருந்தால் தீய கம்மாவாகவும் இருக்கும்.

4. நற்கம்மா- நல்ல, நிறைவான, திறன்மிக்க ஈகை, கருணை, நல்லுணர்வு ஆகியவற்றின் அடிப்படையான செயல்கள்.

5. தீயகம்மா - தீய, குறைபாடான, திறனற்ற பேராசை, வெறுப்பு, ஏமாற்றுதல், ஆகியவற்றின் அடிப்படையான செயல்கள்.

கம்மாவின் விளைவுகள் (விபாசு)

விபாசு - கம்மாவின் விளைவுகள். இது இயற்கை மீறிய நீதிபதி எவராலும் வழங்கப்படும் பரிசோ - தண்டனையோ அல்ல. அது ஒருவரின் செயல்பாடுகளின் விளைவேயாகும். கம்மாவும் - விபாசுவும், காரணமும் விளைவுமாகும்.

விருப்புறு வினைச் செயல்கள் (கம்மா)

அனைத்து உயிர்களும் அவைகள் தம் கம்மாவின் வாரிசுகள்

அனைத்து உயிர்களும், அவைகள் தம் கம்மாவால் தோன்றுபவை

அனைத்து உயிர்களும், அவைகள் தம் கம்மாவால் ஆதரிக்கப்படுகின்றன.

அனைத்து உயிர்களும் அவைகள் தம் கம்மாவின் கடந்த தற்போதைய கம்மாவின் உரிமையாளர்களே.

ix) மறு உயிர்ப்பு (மீள் உருவாக்கம்)

(தத்துவ இயலில் நான்காவது தத்துவமாக விவரிக்கப்பட்டுள்ளது.)

x) நிப்பாணம்

முழுமையான நன்னடத்தையும், மெய்யறிவையும் நிறைவுறச் செய்வதன் மூலம், எய்தப்படும் அக மாற்றமே நிப்பாணமாகும். இது அனுபவிக்க தக்கதேயன்றி, வார்த்தைகளால் வெளிப்படுத்த முடியாததாகும். இது மனிதர்களின் இறுதி இலக்கு இலட்சியம்.

இது மனிதர்களின் உன்னதமான இன்ப நிலையாகும். அது துன்பமில்லா வாழ்நிலையாகும்.

நிப்பாணம் இவ்வாழ்விலேயே அடையப்படுவது, இறந்த பின்பு அல்ல. நிப்பாணம் என்பது, ஒருவர் வழக்கிலுள்ள சொர்க்கம் போன்ற புகும் இடமன்று. அது அவாவை அறவே அறுத்து, உன்னத எண்வழிப்பாதையை, நான்கு வாய்மைகளை, பின் பற்றுவதன் மூலம் அடையப் பெறுவது.

நிப்பாணம் என்பது, ஐம்புலன்களால் உணரப்படுவதில்லை. மாறாக புலனுணர்வு இன்மையே பேரின்பம் தான். மெய்யறிவால் உணரத்தக்க மேனிலைப் பேரின்பமே நிப்பாணம் ஆகும். அது பேராசை, வெறுப்பு, ஏமாற்றுதல் ஆகியவைகளை கை விடுவதின் மூலம் பெறும் நிறைவான மன அமைதி.

நிப்பாணம் எய்தியவர், தானென்ற அகந்தையிலிருந்து விடுபடுகிறார். தானென்னும் போலியுணர்வு வேரோடு களையப்பட்டு, அவாவும் அறியாமையும் அறுக்கப்படுகிறது. மனம் எதனோடும் பந்தப்படுவதில்லை. உருவாக்கம் நின்று போகிறது.

புத்தர் அருளிய உபதேசம்

1. புத்தரின் போதனைகள் (கலாம சுத்தங்)

செய்யாதீர்கள்

1. கேள்விப்படுகின்ற எல்லாவற்றையும் நம்பாதீர்கள்.

2. மிகப் பழமையானவை, என்பதற்காகவும் வழி வழியாகப் பரம்பரையாகத் தொடர்ந்து வருகின்றது என்பதற்காகவும், சம்பிரதாயங்களை நம்பாதீர்கள்,

3. மக்கள் அதிகமாக புகழ்ந்து பேசுகிறார்கள் என்பதற்காக வதந்திகள் மற்றும் அதைப் போன்ற

ஏனைய பேச்சுக்களையும் நம்பாதீர்கள்.

4. பண்டை காலத்து முனிவர்களால் எழுதி வைக்கப்பட்டவை என்று காட்டப்படும் சாத்திரங்களை நம்பாதீர்கள்.

5. யூகிக்கும் யூகங்களுக்குச் சரிவர ஒத்திருக்கின்றது என்பதற்காகவும், நெடுநாளைய வழக்கம்

என்பதற்காகவும் நம்பாதீர்கள்.

6. ஓர் ஆசிரியனுடைய (குரு) கட்டளை என்பதற்காவும், எதையும் நம்பிவிடாதீர்கள்.

7. எந்த நூலையும் கடவுள் அருளியதாக ஒப்புக் கொள்ளாதீர்கள். அப்படி ஒப்புக்கொண்டால் அறிவையும் அனுபவத்தையும் எதற்குமே ஆதாரமாகக் கொள்ள முடியாமல் போய் விடும்.

செய்யுங்கள்

1. உங்களுடைய அறிவு அனுபவங்களைக் கொண்டு தீர விசாரணை செய்யுங்கள்.

2. பகுத்தறிவுக்கு ஒத்து, உம்முடையனவும் ஏனைய உயிர்களுடையதுமான வாழ்க்கைக்கு, நலம் பயக்கும்

பொருளை, உண்மை என்று கொண்டு, அதன்படி வாழ்க்கை நடத்துவீராக

பதில் சொல்ல முடியாதவை

1. உலகம்:

1. உலகம் அழிவற்றதா? அழிவுடையதா?

2. முடிவுடையதா? முடிவற்றதா?

2. ஜீவன் உடலின் ஐக்கியம்:

1. ஜீவனும் உடலும் ஒன்றேயா?

2. ஜீவனும் உடலும் வெவ்வேறா?

3. மரணத்திற்கு பிந்திய நிலை:

1. மரணத்திற்கு பிறகு முக்தி பெறுகிறார்களா?

2. மரணத்திற்கு பிறகு முக்தி பெறுவதில்லையா?

3. மரணத்திற்கு பின் முக்தியும் பெறுகிறார்களா, பெறாமலும் போகிறார்களா?

4. மரணத்திற்கு பின் முக்தி பெறுவதும் இல்லை, பெறாமல் இருப்பதும் இல்லையா?

ii) யார் தீயவன் - யார் இழிந்த நிலையுடையவன்

(பாலி மொழியில் - வஸல சுத்தங்)

(வேள்வி முடித்து வந்த பரத்வாஜன் என்ற அந்தணரை நல்வழிப்படுத்த புத்தர் உபதேசித்தது)

1. எளிதில் வெகுளிப்படுபவன், நீங்கள் வெறுப்பை மனதில் கொண்டவன், நன்மையினின்று விலகிச் செல்பவன், முரண்படும் கோட்பாடுகளைத் தன்னகத்தே கொண்டுள்ளவன் - அவனே இழிந்த நிலையுடையவன்.

2. மண்ணுயிர்களுக்குத் தீங்கை விளைவிப்பவன், அவன் ஒரு முறை பிறந்தவன் ஆயினும், அல்லது இருமுறை பிறந்தவன் ஆயினும் (அந்தணர்கள் தங்களை இரு பிறப்பாளர்கள் என்று கூறுவதால்) எவனிடத்தில் உலக உயிர்களின் பால் கருணை இல்லையோ, அவனே இழிந்த நிலையுடையவன்.

3. கிராமங்களையும், சிறிய சந்தைப்புரங்களையும் முற்றுகையிட்டு, அவைகளை எல்லாம் அழித்து, ஆக்கிரமிப்புச் செய்பவன் என்று கருதப்படுபவன் எவனோ, அவனே இழிந்த நிலையுடையவன்.

4. கிராமத்தில் இருந்தாலும், வனத்தில் வாழ்ந்தாலும், ஒருவன் தனக்கு வழங்கப்படாததும், பிறரிடம் இருந்து கவர்ந்ததும் ஆன பொருளைக் கொண்டு எவன் வாழ்கின்றானோ - அவனே இழிந்த நிலையுடையவன்.

5. கடனைப் பெற்றுக்கொண்டு அதை திருப்பிச் செலுத்துமாறு ஆணையிடப்படும் பொழுது, உமக்கு நான் கடன் பட்டவன் அல்ல என்று கூறி எவன் ஓடி மறைகின்றானோ, அவனே இழிந்த நிலையுடையவன்.

6. சிறிய அற்ப பொருள்களின் மீது அவர் கொண்டு, தன் வழியே செல்லும் ஒருவனைக் கொன்று, அவன் கைப்பொருளை எவன் கவர்கின்றானோ - அவனே இழிந்த நிலையுடையவன்.

7. தன் பொருட்டோ அல்லது பிறரின் பொருட்டோ அல்லது பெரும் செல்வத்தின் பொருட்டோ சாட்சியம் கூற அழைக்கப்பட்டிருக்கும் பொழுது, எவன் பொய்யுரை கூறுகின்றானோ - அவனே இழிந்த நிலையுடையவன்.

8. வன்முறையாலோ அல்லது ஒப்புதலுடனோ, உறவினர்களின் மற்றும் நண்பர்களின் துணைவிகளுடன் கூடா ஒழுக்கம் எவன் கொண்டுள்ளானோ - அவனே இழிந்த நிலையுடையவன்.

9. பெரும் செல்வமுடையவனாக இருந்தும், தங்களது இளமை காலத்தை கடந்து முதுமையுற்றிருக்கும் பெற்றோர்களைப் பேண எவன் மறுக்கின்றானோ அவனே , இழிந்த நிலையுடையவன்.

10. தனது தாய், தந்தை, சகோதரன், சகோதரி, மாமன், மாமி இவர்களை அடித்து துன்புறுத்தி,

கடுஞ்சொற்கள் கூறி எவன் அவர்களின் மனதைப் புண்படுத்துகிறானோ அவனே இழிந்த நிலையுடையவன்.

11. நன்மையானது யாது? என விளக்கம் கேட்கப்படும் பொழுது, நன்மையை மறைத்து எவன் தீமையை போதிக்கின்றானோ - அவனே இழிந்த நிலையுடையவன்,

12. தீமையை செய்து விட்டு பிறர் அதை அறியக்கூடாது என்பதற்காக எவன் அதை மறைக்கின்றானோ - அவனே இழிந்த நிலையுடையவன்.

13. பிறரின் இல்லம் சென்று நல்விருந்து அருந்திக் களித்து விட்டு, அவர்களுக்கு திரும்ப அதே போன்ற விருந்தோம்பலைச் செய்ய எவன் மறுக்கின்றானோ - அவனே இழிந்த நிலையுடையவன்.

14. ஓர் அறவோரையோ, ஒரு ஞானியையோ, ஒரு துறவியையோ பொய்யுரை கூறி எவன் ஏமாற்றுகின்றானோ - அவனே இழிந்த நிலையுடையவன்.

15. ஓர் அறவோரையோ அல்லது ஞானியையோ கடுஞ்சொல் கூறி அவர்களை வெறுப்படையச் செய்து, உணவு வேளை வரும் பொழுது அவர்களுக்கு எவன் உணவு கொடுக்க மறுக்கின்றானோ - அவனே இழிந்த நிலையுடையவன்.

16. இவ்வுலகில் தான் அறியாமையால் பீடிக்கப்பட்டு, இல்லாத ஒன்று நிகழும் என இறைவாக்கு கூறி, எவன் அதன் பொருட்டு, பொருளை எதிர் நோக்குகின்றானோ - அவனே இழிந்த நிலையுடையவன்.

17. தன்னை உயர்த்தி, பிறரைத் தாழ்த்தி, தற்பெருமையால் எவன்தவறு இழைக்கின்றானோ அவனே இழிந்த நிலையுடையவன்.

18. மற்றவரை வெறுப்படையச் செய்து, செல்வத்தின் மீது பற்றுக் கொண்டு, சிற்றின்பங்களில் நாட்டம் கொண்டு, சுய நலம் மிக்கவனாக, பிறரை வஞ்சிக்கின்றவனாக, தீயவற்றை

செய்வதற்கு அச்சமும் நாணமும், அற்றவனாக எவன் இருக்கின்றானோ - அவனே இழிந்த நிலையுடையவன்.

19. புத்தர்களையோ, அவர்களது சீடர்களையோ, ஏகாந்த வாழ்க்கை வாழும் அறவோர்களையோ, இல்லறத்தார்களையோ, கடுஞ்சொற்களால் விமர்சிப்பவன் எவனோ - அவனே இழிந்த நிலையுடையவன்.

20. அரஹந்த நிலையை அடையாது, தாம் அரஹந்த நிலையை அடைந்து விட்டதாக எவன் கூறிக் கொள்கின்றானோ, அவனே இப்பிரபஞ்சம் முழுமைக்குமே கள்வனாவார். அவனே இழிந்த நிலையிலும் கடையவராவார்.

21. பிறப்பால் ஒருவர் இழிந்த நிலையுடையவர் அல்லர். பிறப்பால் ஒருவர் அந்தணர் அல்லர். அவரவர் செயலால் ஒருவர் இழிந்தவர் ஆகிறார். அவரவர் செயலால் ஒருவர் அந்தணர் ஆகிறார்.

(II) வீழ்ச்சிக்கான காரணங்கள்

(பராபவ சுத்தங்)

1. வாழ்க்கையில் உயர்ந்தோரையும் - வீழ்ச்சியடைந்தோரையும் சுலபமாக அறியலாம். தம்மத்தின் மேல் விருப்பம் உள்ளவர்கள் அபிவிருத்தி அடைவார்கள். அதன் மேல் வெறுப்பு உள்ளவர்கள் வீழ்ச்சி அடைவார்கள்.

2 தீயவர்கள் அவருக்கு பிரியமானவர்கள் நல்ல குணமுடையவர்களை அவர் விரும்புவதில்லை. தீய குணமுடையவர்களின் கொள்கைகளை அவர் ஏற்றுக் கொள்கிறார். இதுவே அவரது வீழ்ச்சிக்கான காரணமாகும்.

3. தூக்கத்திலும், ஊர் சுற்றுவதிலும் விருப்பம் கொண்டு, சுறு சுறுப்பில்லாமல், சோம்பேறித்தனமாக இருப்பதும், கோபப்படுவதும், ஒருவருடைய வீழ்ச்சிக்கான காரணமாகும்.

4. ஒருவன் செல்வமும் ஆற்றலும் இருந்தும், வாழ்கையில் முதிர்ந்த நிலையில் இருக்கும் தாய் தந்தையரைக் காப்பாற்றாமல் இருப்பானாயில், அதுவும் ஒருவருடைய வீழ்ச்சிக்கான காரணமாகும்.

5. ஒருவன் பொய் சொல்லி அறவோரை அல்லது அடுத்தவனை ஏமாற்றினால், அதுவும் அவனுடைய வீழ்ச்சிக்கான காரணமாகும்.

6. ஒருவன் பெருஞ் செல்வத்தையும், தங்கத்தையும், உணவுப் பொருட்களையும் உடையவனாயிருந்தும், அப்போகப் பொருள்களை, தான் தனியே அனுபவித்தால் அதுவும் அவனுடைய வீழ்ச்சிக்கான காரணமாகும்.

7. ஒருவன் தன்னுடைய பிறப்பாலும், செல்வத்தாலும், குலத்தாலும் பெருமையடைவதும், தனது சுற்றத்தாரை வெறுப்பதும், வீழ்ச்சிக்கான ஒரு காரணமாகும்.

8. ஒருவன் விபச்சாரம், குடிப்பழக்கம், சூதாட்டம் போன்ற பழக்க வழக்கங்கள் உள்ளவனாக இருந்தாலும், தன் சம்பாத்தியத்தை வீண் செலவு செய்பவனாக இருந்தாலும் அது அவனுடைய வீழ்ச்சிக்கான காரணமாகும்.

9. ஒருவன் தன்னுடைய மனைவியிடம் திருப்தியடையாமல் விபசாரிகளிடமோ, மாற்றான் மனைவியிடமோ செல்வானாயின், அதுவும் அவனுடைய வீழ்ச்சிக்கான காரணமாகும்.

10. இளமை நீங்கி முதுமையடைந்த ஒருவர், ஓர் இளம் பெண்ணைத் திருமணம் செய்து, அப்பெண் மீது உள்ள இச்சையால் தூக்கமில்லாமல் விழித்திருந்தால், அதுவும் அவரது வீழ்ச்சிக்கான காரணமாகும்.

11. ஒருவன், குடிப்பழக்கம், வீண் செலவு செய்கின்ற ஆண் அல்லது பெண்ணை அதிகாரபூர்வமான இடத்தில் இருத்தி, அவர்களிடம் அதிகாரத்தை ஒப்படைத்து பொறுப்பாளியாக்குவானானால், இதுவும் அவனுடைய வீழ்ச்சிக்கான காரணமாகும்.

12. உயர் குடும்பத்தில் பிறந்த ஒருவர், அற்ப செல்வம் உள்ள நிலையில், பேராசையும், சுய நலமும் கொள்வாராகில், அதுவும் அவருடைய வீழ்ச்சிக்கான காரணமாகும்.

V பேறுகள் யாவினும் நற்பேறு

(மகாமங்கள் சுத்தங்)

தீயவரோடு இணங்காதிருத்தலும்

நல்லாரோடு கூடியிருத்தலும்

போற்றற்குரிய யாரையும் என்றும்

போற்றி வாழும் வாழ்வே என்றும் பேறுகள் யாவினும் நற்பேறாகும். 1

பொருத்தமான சூழலில் வாழ்வதும்

பெருமைக்குரிய செயல் புரிந்திருத்தலும்

ஒவ்வொருவரையும் நல்வழிப்பாதையில் 2

ஒழுகச் செய்திடும் வாழ்வே என்றும் பேறுகள் யாவினும் நற்பேறாகும்.

மிக்குயர்கல்வி பெற்றிருத்தலும்

கைவினைத் தொழில்களில் திறன் பெற்றிருத்தலும்

நன்னடத்தைகள் நற்பயிற்சி உடைமையும்

இன்சொல்லுடைமையும் ஆன வாழ்வே பேறுகள் யாவினும் நற்பேறாகும். /

தந்தை தாயாரைப் பேணிடுதலும்

மனைவி மக்களைக் காத்திடுதலும்

அமைதியான தொழில்கள் செய்திடுதலும் ஆன வாழ்வே

பெறும் பேறுகள் யாவினும் நற்பேறாகும். 2

ஈவதில் செம்மையாய் இருத்தலும்

இயல்வதில் நன்நெறியுடைமையும்

உற்றார்க்கு உற்றுழி உதவலும்

குறையிலாச் செயல்களும் ஆன வாழ்வே

பேறுகள் யாவினும் நற்பேறாகும். 3

தீமைகள் யாவையும் தவிர்த்தலும்
போதைகள் அருந்தாமல் இருத்தலும்
உறுதியாய் எப்போதும் நன்னெறி
உய்வதும், ஆக வாழ்வதே பேறுகள் யாவினும் நற்பேறாகும். *4*
பணிவுடன் அடக்கமாய் இருத்தலும்
திருப்தியும் நன்றியும் உடைமையும்
தம்மத்தை அடிக்கடி கேட்பதும்,
அறிவதும், ஆக வாழ்வதே பேறுகள் யாவினும் நற்பேறாகும். *5*
பொறையுடைமையோடு பணிதலும்
துறவோருடன் தொடர்புறுதலும்
சமய வாய்மைகள் போலும்
ஆக அவ்வப்போதிருத்தலே ஆன வாழ்வே
பேறுகள் யாவினும் நற்பேறாகும். *6*
தன்னைத்தானே அடக்கலும்
தானொரு புனித வாழ்வுறுதலும்
உன்னத வாய்மைகள் உணர்தலும்
உயர்ந்த நிப்பாணம் அடைதலும் ஆன வாழ்வே
பேறுகள் யாவினும் நற்பேறாகும். *7*
செல்வவளத்திற்காய்ச் சிதறாத மனமும்
துன்பத்தினின்று விடுதலை பெறுவதும்
மாசுகள் அனைத்தும் களைந்திடபடுவதும்
அச்சம் தன்னை அறவே விடுத்தலும் ஆன வாழ்வே
பேறுகள் யாவினும் நற்பேறாகும். *8*
இன்னவை யாவையும் நிறைவேற்றுவார்கள்
என்றும் வெல்லற்கரியராயிருப்பர்

எல்லா வழியிலும் இன்புற்றிருப்பர்

இவைகள் யாவும் பெரும் பேறுகளாம்

இதுவே பேறுகள் யாவினும் நற்பேறாகும். 9

V. விடுதலை இலக்கை அடைய வழி

(ரோஹிதஸ்ஸ சுத்தல்)

நான் போதிப்பன யாவும்

துன்பமும் அவற்றின் துடைப்புமே

உலகின் இறுதியை, அதனுடைய எல்லையை

நடந்து அடைதல் என்றும் இயலாது.

அறிவுடைய, முழு நிறைத் தூய உள்ளம், அமைதியுறும்

மனிதரே அடைவார் உலகின் இறுதியை.

இன்மை மறுமை இரண்டிலும் பற்றற்று

அக நிலைத்தனையும் புற நிலைத்தனையும்

என்று உள்ள தளைகளில் கட்டுண்டு கிடக்கிறோம்.

இந்த தளைகளை அறுத்ததெறிபவர் எவர்

நன்னெறி நடத்தையில் நன்கூன்றியவரே

தன்னுணர்வுடன் அறிதலை வளர்த்திட்டவரே

இந்த தளைகளை அறுத்து வெல்பவர்.

அ. உண்மையான விடுதலை

1. அறியாமையிலிருந்து விடுதலை

2. அச்சத்திலிருந்து விடுதலை

3. விரதங்கள் பிரார்த்தனை ஆகியவற்றிலிருந்து விடுதலை

4. சிந்திப்பதற்கு சுதந்திரம்

5. வினா எழுப்ப சுதந்திரம்

6. துன்பம் துயரம் ஆகியவற்றிலிருந்து விடுதலை -

ஆ. விடுதலைக்கான முயற்சி

1. உனக்கு நீயே முயற்சிக்க வேண்டும். புத்தர்கள் உனக்குப் போதகர் மட்டுமே. 2

2. புத்தரின் போதனைகளை யாரொருவர் நன்கு நடைமுறைப்படுத்துகிறாரோ அவரே புத்தரை நன்கு பெருமைப்படுத்துபவராகிறார். தம்மத்தைக் காண்பவர் எவரோ, அவரே புத்தரைக் கண்டவர்,

இ. கருத்து வலையிலிருந்து விடுதலை

நன்கு திறனுடன் பின்னப்பட்ட வலை, ஒரு குளத்தி விரிக்கப்படுகையில், அவ்வலையில் அனைத்து மீன்களும் சிக்கி கொள்கின்றன. அவை எங்குள்ளனவோ அங்கேயே வலைக்குள் சிக்குகின்றன அது போன்று சொந்த ஆதாயம் தேடுவதற்காக பின்னப்பட்ட கருத்துக்களில் வலையும், அதை உருவாக்கியவர்களின் சிறந்த பேச்சாற்றலாலும், சடங்கு சம்பிரதாயங்களாலும், மக்களின் புலன்களை செயலிழக்கச் செய்து மெய்யறிவு பெறமுடியாமல் மக்களை அடிமைப்படுத்துகின்றனர். மக்கள் எங்கு உள்ளார்களோ, அங்கேயே இந்த கருத்து வலைகளுக்குள் சிக்கி கொள்கின்றனர்.

இந்த கருத்துகளின் வலையை நல்லுணர்வின் மூலம் அறுத்தெறிந்தால் தான், ஒருவர் தனக்கு விடுதலை தரும் மெய்யறிவு பெற முடியும்.

VI பொருளாதார வளம்

(கூட தந்த சுத்தங்)

1. அதிருப்தியுறுவதையும் கிளர்ச்சி புரிவதையும்

   தண்டனையால் நிறுத்த முடியாது. மாறாக பொருளாதார

   வளத்தை முன்னேற்றுதின் மூலம் நிறுத்த வேண்டும்.

2. மக்களுக்கு உழவு, கால்நடை வளர்ப்பு, தொழில்கள்,

வணிகம், அரசுப் பணிகள் ஆகியவை புரிய வசதி ஏற்படுத்த வேண்டும்.

3. தொழிலில் அனைவரின் நலமும் கவனிக்கப்பட வேண்டும்.

போதுமான ஊதியம் அளிக்கப்பட வேண்டும். உரிய வருமானம் உறுதி செய்யப்பட வேண்டும்.

4. எல்லா மனிதருக்கும் உணவு, உடை இருப்பிடம், மருத்துவம் ஆகிய நான்கு அடிப்படைத் தேவைகள் நிறைவேற்றப்பட வேண்டும்.

குறிப்பு - புத்தர், தம்ம போதனையைச் செவி மடுக்க வந்தவர், பசியால் வாடினால், உணவளிக்க கூறி, அவர் பசி தணிந்த பின்னரே, அவர்க்கு தம்ம பதத்தைப் போதித்தார்.

VII வளமும் நலமும்

(வியாக்காலபஜ்ஜ சுத்தங்)

செல்வ வளத்திற்கான சூழல்கள் - இடையறா முயற்சி

கவனமுடைமை

நல்ல நட்பு

வரவுக்கேற்ற வாழ்க்கை

நலத்திற்கான சூழல்கள் - பகுத்தறிவுள்ள நம்பிக்கை

நன்னெறி

ஈகை

மெய்யறிவு

VIII செல்வ வளம்

(ஆளவக் சுத்தங்)

அ. செல்வ வளம் பெற கீழ்கண்டவற்றை கைக்கொள்ளவேண்டும்

1. புகழ் பெற, வாய்மையுடையோராயிருங்கள்

2. நண்பர்களை பெற, தாராளமாயிருங்கள்

3. மெய்யறிவு பெற, அறிவு பெற்று தம்மத்தைக் கேளுங்கள்

4. வேதனையுறாதிருக்க, தன்னடக்கத்தோடு இருங்கள்.

5. நல்வாழ்வு பெற ஈகை, வாய்மை, பொறையுடைமை ஆகியவற்றைக் கைக் கொள்ளுங்கள்.

ஆ. சிறப்பு பெற கீழ் கண்டவற்றை கைக்கொள்ள வேண்டும்

1. முதுமை வரும்முன் இளமையையும்

2. நோய் வரும் முன் ஆரோக்கியத்தையும்

3. வறுமை வரும் முன் செல்வ செழிப்பையும்

4. பணிக்குச் செல்லும் முன் ஓய்வையும்

5. மரணத்திற்கு முன் வாழ்வையும் சிறப்பானதாகக் கருத வேண்டும்.

X நல் அரசுக்கான அறிவுரை

(இராஜதம்மா)

அ. ஆள்வோர்க்குரிய நன்னெறிகள்

1. ஈகை

2. ஒழுக்கம்

3. தியாகம்

4. நோக்கம்

5. இரக்கம்

6. நன்னடத்தை

7. வெறுப்பின்மை

8. அஹிம்சை

9. பொறையுடைமை

10. நட்புடைமைக்கான கொள்கை

ஆ. ஆள்வோர்க்கான கொள்கை

1. அடிக்கடி கூடிப் பேசுதல் வேண்டும்.

2. ஒற்றுமையாய்க் கூடி, ஒற்றுமையாய் எழுந்து, ஒற்றுமையாய்ச் செயல்பட வேண்டும்.

3. நிறுவப்பட்ட விதிகளை மதிக்க வேண்டும். பழைய விதிகளைக் கைவிடலாகாது. புதுப் புது விதிகளை விதிக்கக் கூடாது.

4. மூத்தோரின் அறிவுரைகளைக் கேட்டு செயல்பட வேண்டும்.

5. பெண்டிரை மதிக்க வேண்டும். நன்னெறி நடத்தைகள் உடையோராய் இருத்தல் வேண்டும்.

6. வழிபாட்டுத்தலங்களை நன்கு பேண வேண்டும். உன்னத நெறிமுறைகளை ஆதரிக்க வேண்டும்.

7. உன்னதத் துறவோரை ஆதரிக்கவும், போற்றவும், பாதுகாக்கவும் வேண்டும்.

இ. நல் அரசின் கடமை

1. உணவு, உடை இருப்பிடம், வேலை, கவனிப்பு, பாதுகாப்பு அளிக்க வேண்டும். மனிதர்க்கு மட்டுமின்றி பறவைகள் விலங்குகள் ஆகிய அனைத்து உயிர்கட்கும், நலிந்தோர்க்கும், பாதுகாப்பளிக்க வேண்டியது அரசின் கடமையாகும்.

2. தவறிழைப்போரைத் தண்டித்தல் அவசியமாகக் கூடும். இருப்பினும், தண்டனை திருத்துவதற்காக வேண்டுமே தவிர, தண்டிப்பதற்காக இருக்கலாகாது. கண்டனம், சலுகைகளைத் திரும்ப பெறுதல், நாடு கடத்துதல், ஆகியவை தவறிழைப்போரைத் திருத்துவதற்காக மேற்கொள்ளப்படலாம். ஆனால் தண்டனைகள் கொடியவைகளாக இருக்கலாகாது.

3. அச்சமின்றி, சார்பின்றி, அறியாமை இவை ஏதுமின்றி, தர்மத்தை நிலை நாட்ட வேண்டும்.

4. நேர்மையான அரசு முறைமையும், அனைத்து மக்களின் நல்வாழ்வும், ஆட்சி நிர்வாகத்தின் அடிப்படை கோட்பாடுகளாக இருக்க வேண்டும்.

X. செல்வ பகிர்வு

(சக்கலத்திர்உறனாத சுத்தங்)

1. பொருளாதார வளமும், சமமான பகிர்வும் இன்றியமையாததாகும்.

2. மக்கள் ஏழைகளாயிருப்பின், அங்கு செல்வம் தவறாகப் பகிர்வு செய்யப்பட்டுள்ளதாகப் பொருள். இது ஏமாற்றத்தையும், கிளர்ச்சியையும் ஏற்படுத்தும்,

3. வறுமை அதிகரிக்குமாயின், திருடுதல், குற்றங்கள் தோன்றிப் பரவும். ஆயுதம் ஏந்திச் செல்வது அதிகரிக்கும். மோதல்கள் தோன்றும். கொலைகள் நிகழும். பொய்கள் உரைக்கப்படும் சட்டமும் ஒழுங்கும் கெட்டு, மானுட மதிப்புகள் குறைபட்டு விடும்.

4. பேராசை, வெறுப்பு, தற்பெருமை ஆகியவற்றால் உண்டாக்கப்பட்ட வன்முறையின் பாற்பட்ட போர், கிளர்ச்சி, ஆக்கிரமிப்பு ஆகியவற்றால் ஒரு நாடு குழப்பத்திற்காட்பட்டு விடும். வன்முறையில் ஈடுபடுவதால் அச்சமும் அழிவும் விளையும். இது தவிர்க்கப்பட வேண்டும்.

XI நற்குணங்கள்

அ. கீழ்கண்டி நற்குணங்களை மனிதன் நன்கு வளர்த்துக் கொள்ள வேண்டும்.

1. என்றும் ஈகையும் உதவியும் உடையவனாய் இருத்தல்.

2. தூய்மை, நன்னெறி, நல்லொழுக்கம் உடையவனாய் இருத்தல்

3. தன்னலம், அகந்தையற்றவனாய், பிறர் நலம் பேணுபவனாய் இருத்தல்.

4. அறிவுடையோனாய், அறிவின் பயனை பிறருக்கு அளித்து இருத்தல்.

5. கடும் உழைப்பாளியாய், ஊக்கமுடையவனாய், விடாமுயற்சியுடையவனாய் இருத்தல்

6. பொறையுடையவனாய், பிறர்புரியும் இன்னாச் செயல்களை பொறுத்துக் கொள்பவனாய் இருத்தல்.

7. நேர்மையும், வாய்மையும் உடையவனாய் இருத்தல்,

8. அன்பும், கருணையும், நட்பும் உடையவனாய் இருத்தல்,

9. பணிவும், அமைதியும், சலனமற்ற தன்மையும், தெளிவும் உடையவனாக இருத்தல்.

10. தொண்டாற்றுவதில், நிறைவெய்து பவனாய் இருத்தல்.

ஆ. கீழ்கண்ட உலகியல் நிலைப்பாடுகளை மனிதன் எதிர் கொள்ள வேண்டும்

1) இலாபமும் நஷ்டமும்

2) புகழும் - இகழ்வும்

3) போற்றுதலும் - தூற்றுதலும்

4) இன்பமும் - துன்பமும்

XII இல்லறத்தார்க்கு அறிவுரை

இல்லறத்தார் கீழ்கண்ட செயல்பாடுகளை புரிந்து நன்மையடைந்து தீயவைகளை விலக்க வேண்டும்

இன்பம்:

1) பொருளாதார வெற்றியெனும் இன்பம்

2) உடமைகளை அனுபவிக்கும் இன்பம்

3) கடனில்லாதிருக்கும் இன்பம்

4) இகழப்படாதிருக்கும் இன்பம்

செல்வம் பிரிப்பர்: ஆற்றலுள்ள இல்லறத்தார் செல்வத்தை 4 பகுதிகளாக பிரிப்பர்

1) அவருடைய தேவைகளின் பயன்பாட்டிற்கு (கால் பங்கு

2) தம் தொழிலை வளர்க்க செலவிடப்பட் (அரை பங்கு)

3) தேவைப்படும் காலத்தில் செலவழிக்க, சேமிப்பு (கால்பங்கு)

நன்மை: நன்மையானது, நல்லவை, முழு நிறைவான திறம் மிக்க செயல்கள், ஆகியவை கீழ்கண்ட மூன்று காரணங்களை அடிப்படையாகக் கொண்டு விளைவனவாகும்.

1) ஈகை அல்லது பேராசை இல்லாமல் இருப்பது.

2) அன்புறு நேயம் அல்லது வெறுப்பின்மை

3) மெய்யறிவு அல்லது மூடத்தனத்தில் நாட்டமின்மை

தீயவை: தீயவையானது, குறைபாடுடைய, திறனற்ற செயல்கள், ஆகியவை கீழ்கண்ட மூன்று காரணங்களை அடிப்படையாகக் கொண்டு விளைவனவாகும். இவற்றை மெய்யறிவு என்னும் வாளேந்தி வென்றிட வேண்டும்.

XII மனிதனை நல்வழிப்படுத்த அறிவுரை

சினம், மனிதனின் முதல் எதிரி. சினத்தால் மனிதனுக்கு கீழ்கண்ட தீமைகள் சேர்கின்றன.

1. அசிங்கமாகிறான்

2. துன்பத்தில் தோய்கிறான்

3. பொருள்களை இழக்கிறான்.

4. செல்வந்தனாவதில்லை.

5. புகழ் பெற மாட்டான்.

6. நண்பர்கள் அற்றவனாய் இருக்கிறான்.

7. மறுமையிலும் துன்ப நிலையை அடைகிறான்,

இச் சினத்தை, மனிதன் கீழ்க்கண்ட வழிகளில் வெல்லலாம்.

1. அன்புறு நேயம் வளர்த்தல்,

2. கருணையை வளர்த்தல்,

3. நிதானத்தை வளர்த்தல்,

4. தமக்கு இழைக்கப்பட்ட இன்னாச் செயல்களையும், அதை இழைத்தவனையும் மறத்தல்,

5. ஒருவன் தன் செயல்களுக்கு தானே பொறுப்பாளி என்பதை நினைத்து, அமைதி அடைதல்,

மனிதன் கீழ்கண்ட நற்சிந்தனைகளை வளர்த்துக் கொள்ள வேண்டும்

1. நான் நிச்சயம் முதுமை அடைவேன் என்று ஆழ்ந்து சிந்திக்க வேண்டும்.

2. நான் முதுமையுறுவதை தவிர்க்க இயலாது என ஆழ்ந்து சிந்திக்க வேண்டும். 3. நான் நிச்சயம் பிணியுறுவேன், நான் பிணியுறுவதை தவிர்க்க இயலாது என்று ஆழ்ந்து சிந்திக்க வேண்டும்.

4, நான் நிச்சயம் இறப்பேன், நான் இறப்பதைத் தவிர்க்க இயலாது என்று ஆழ்ந்து சிந்திக்க வேண்டும்.

5. நான் எனது செயல்களுக்குப் பொறுப்பானவன் என ஆழ்ந்து சிந்திக்க வேண்டும்.

மனிதன் கீழ்கண்டவைகளை, பிரார்த்தனைகளோ, விரதங்களோ, இல்லாமல் அறிவுள்ள செயல்பாடுகளால் முயற்சி செய்து அடைய வேண்டும்.

இதனால் அவன் அடையும் பயன்கள்

1. நீண்ட வாழ் நாள்

2. அழகு

3. இன்பம்

4. புகழ்

5. இன்பமான மீள் உருவாக்கம்

XIV சிகாலனுக்கு சமூக கடமைகள் பற்றிய போதனைகள்

(சிகால சுத்தங்)

இராஜகிருகம் என்ற ஊரிலுள்ள சிகாலன் என்ற இளைஞன் குளித்த பின்பு, ஈரத் துணியுடன் ஆறு திக்குகளையும் வணங்கும் போது, புத்தர் அவனைக் கவனித்து, ஏன் இவ்வாறு வணங்குகிறாய் என்றார். அவனே எனது தந்தை கூறியபடி செய்தேன் என்றான். அவன் பதிலில் பகுத்தறிவு மெய்யுணர்வு இன்மையால், அவனுக்கு சமூகக்கடமையை, அவர் வழியிலேயே, திசைகளை சுட்டி காட்டி போதித்தார். கடமை, நாணயத்தின் இரு பக்கம் போல் உள்ளது என்பதை உணர்த்தினார். அதன் சாரம் பின் வருமாறு அமைந்துள்ளது.

1. கிழக்கு

1. பெற்றோருக்கு தம் பிள்ளைகள் பால் உள்ள கடமைகள்.

2. பிள்ளைகளுக்கு தம் பெற்றோர் பால் உள்ள கடமைகள்.

2. மேற்கு

3. கணவன் பால் மனைவிக்கு உள்ள கடமைகள்

4. மனைவி பால் கணவனுக்கு உள்ள கடமைகள்

3. தெற்கு

5. மாணவர்கள் பால் ஆசிரியர்களுக்கு உள்ள கடமைகள்

6. ஆசிரியர்கள் பால் மாணவர்களுக்கு உள்ள கடமைகள்

4. வடக்கு

7. இல்லறத்தார் பால் நண்பர்களுக்கு உள்ள கடமைகள்

8. நண்பர்கள் பால் இல்லறத்தார்களுக்கு உள்ள கடமைகள்

5. மேலே

9. இல்லறத்தார் பால் துறவோர்க்கு உள்ள கடமைகள்

10. துறவோர் பால் இல்லறத்தார்க்கு உள்ள கடமைகள்

6. கீழே

11, தொழிலாளிகள் பால் முதலாளிகளுக்கு உள்ள கடமைகள்

12. முதலாளிகள் பால் தொழிலாளிகளுக்கு உள்ள கடமைகள்

இனி இப்போதனைகளை விரிவாகப் பார்க்கலாம்.

பெற்றோரின் கடமைகள்

1. தம்பிள்ளைகள் தீமை செய்யாமல் பாதுகாக்க வேண்டும்.
2. அவர்கள் நன்மை புரிய ஊக்குவிக்க வேண்டும்.
3. ஒரு தொழிலில் அவர்களைப் பயிற்றுவிக்க வேண்டும்.
4. உரிய காலத்தில் அவர்களுக்கு பொருத்தமான திருமண ஏற்பாடு செய்ய வேண்டும்.
5. உரிய நேரத்தில் அவர்களுக்குரிய வாரிசு உரிமைச் சொத்தினை, அவர்களுக்கு அளிக்க வேண்டும்.

பிள்ளைகள் கடமைகள்

1. தம் பெற்றோர்களை எப்போதும் முதுமையில் ஆதரிக்க வேண்டும்.
2. அவர்களுக்கு செய்ய வேண்டிய கடமைகளை புரிய வேண்டும்.
3. குடும்ப மரபுப் புகழைப் பேண வேண்டும்.
4. சொத்துக்குரிய மதிப்பு மிக்க வாரிசாக திகழ வேண்டும்.
5. மறைவுற்ற பெற்றோர் நினைவாக தானமளிக்க வேண்டும்.

கணவரின் கடமைகள்

1. மனைவியிடம் கனிவாக இருக்க வேண்டும்.
2. அவளை வெறுக்கக்கூடாது.
3. அவளிடம் நம்பிக்கையாக இருக்க வேண்டும்.
4. அவளிடம் அதிகாரங்களை ஒப்படைக்க வேண்டும்.
5. அவளுக்குரிய தேவைகள் பூர்த்தி செய்யப்பட வேண்டும்.

மனைவியின் கடமைகள்

1. இல்லறத்தார்குரிய கடமைகள் நன்கு செய்ய வேண்டும்.
2. உற்றார்க்கும் உறவினர்க்கும் விருந்தோம்பல் செய்ய வேண்டும்.
3. கணவனுக்கு நம்பிக்கைக்குரியவராய் இருக்க வேண்டும்.
4. கணவரின் செல்வத்திற்கு பாதுகாப்பாய் இருக்க வேண்டும்.
5. ஆற்றலும் செயல் திறனும் உள்ளவராய் இருக்க வேண்டும்

ஆசிரியரின் கடமைகள்

1. மாணவர்களை நல்லொழுக்க நெறியில் பயிற்றுவிக்க வேண்டும்.
2. அவர்கள் தங்கள் பாடங்களை நன்கு ஈர்த்துக் கொள்ள உதவ வேண்டும்.
3. அவர்களுக்கு கலை அறிவியல் இரண்டையும் கற்பிக்க வேண்டும்.
4, அவர்களுக்கு உயர் பேரறிவும் பெருங்கல்வியும் உடைய பெரியோரை அறிமுகப்படுத்த வேண்டும்.
5. அவர்களுடைய நலன்கள் பாதுகாக்க ஏற்பாடு செய்ய வேண்டும்.

மாணவர்கள் கடமைகள்

1. ஆசிரியர்களுக்கு மரியாதை காட்ட வேண்டும்.
2. ஆசிரியர்களுக்கு தொண்டு புரிய வேண்டும்.
3. கற்பதில் ஆர்வம் காட்ட வேண்டும்.
4. கற்கும் போது கவனமாக இருக்க வேண்டும்
5. ஆசிரியர்களுக்கு நல்ல முறையில் உதவவேண்டும்.

நண்பர்களின் கடமைகள்

1. இல்லறத்தார் ஆபத்தில் இருக்கும் போது அவர்களைக் காப்பாற்ற வேண்டும்.
2. அவர்கள் விழிப்பற்றிருக்கும் போது அவர்கள் செல்வத்தை காப்பாற்ற வேண்டும்.
3. அவர்கள் ஆபத்தில் இருக்கும் போது அடைக்கலமாக இருக்க வேண்டும்.
4. அவர்கள் துன்பத்தில் இருக்கும் போது அவர்களை கை விட்டு விடக் கூடாது.
5. அவர்கள் குடும்பத்தின்பால் அன்புள்ளவர்களாயிருக்க வேண்டும்.

இல்லறத்தார்கடமைகள்

1. நண்பர்களிடம் தாராளமாயிருக்க வேண்டும்.
2. அவர்களிடம் கனிவாக இருக்க வேண்டும்.
3. அவர்களுக்கு உதவியாக இருக்க வேண்டும்.
4. அவர்களிடம் நடுநிலையாய் இருக்க வேண்டும்.
5. அவர்களிடம் நேர்மையாக இருக்க வேண்டும்.

துறவோர் கடமைகள்

1. இல்லறத்தார்களை தீயவற்றிலிருந்து பாதுகாக்க வேண்டும்,

2. அவர்கள் நன்மை புரிய வற்புறுத்த வேண்டும்.

3. அவர்களிடம் இரக்கமாயிருக்க வேண்டும்.

4. அவர்கள் கேட்டறியாததை கேட்க செய்ய வேண்டும்.

5. அவர்கள் கேட்டறிந்ததை தெளிவு படுத்த வேண்டும்.

6. அவர்கள் உயர்நிலை எய்த உரிய வழிகாட்ட வேண்டும்.

இல்லறத்தார் கடமைகள்

1. துறவோர்களிடம் பணிவுடன் நடந்து கொள்ள வேண்டும்.

2. அவர்களிடம் இன்சொல் பேச வேண்டும்.

3. அவர்களை சந்திப்பதில் மகிழ்ச்சி கொள்ள வேண்டும்.

4. அவர்களை வரவேற்க வேண்டும்.

5. அவர்களின் பொருள் தேவைகளை நிறைவேற்ற வேண்டும்.

முதலாளிகள் கடமைகள்

1. தொழிலாளர்கள் பால் திறனுக்கேற்ற வேலைகளை ஒப்படைக்க வேண்டும்.

2. அவர்களுக்கு உணவும் போதிய ஊதியமும் அளிக்க வேண்டும்.

3. அவர்கள் பிணியுற்ற காலத்தில் அவர்களை பராமரிக்க வேண்டும்.

4. அவர்களுக்கு உரிய காலத்தில் விடுமுறை அளிக்க வேண்டும்.

தொழிலாளர்கள் கடமைகள்

1. முதலாளிகளுக்கு முன் எழுந்து விரைவில் பணிபுரிய வேண்டும்.

2. அவர்கள் கொடுத்த வேலை முடிந்த பின் தாமதமாக செல்ல வேண்டும்.

3. தரப்பட்டதை மட்டுமே எடுத்து கொள்ள வேண்டும்.

4. பணியைச் சிறப்பானதாக செய்ய வேண்டும்.

5. அவருடைய பேரையும் புகழையும் போற்ற வேண்டும்.

XV ஆன்மா இல்லை

(அநந்தால்கண சுத்தம்)

பிணியுறும் போதோ முதுமையுறும் போதோ
உடல் உம் சொல்லைக் கேட்கிறதா
இல்லை இல்லை அது கேட்பதில்லை
ஆணையிட்டு பிணியை ஒருவன் அகற்ற வியலாது
ஆணையிட்டு முதுமையினை ஒருவன் தடுக்கவியலாது
ஆணையிட்டு மரணத்தை ஒருவன் நிறுத்த வியலாது
ஒவ்வொரு கணமும் மாறும் இவ்வுலகம்
மாறா ஆன்மாவைப் பெற்றிருத்தல் இயலாது.

தொன்மையியல் தொகுப்பு

இந்த போதி (அரச) மரத்தின் கீழ்தான் புத்தர் ஞானம் பெற்றார்.

1. மானுடத்தின் தொன்மையியல் ஆய்வு மையத்தின் நோக்கம்

இந்த அருமையான பிரபஞ்சத்தை உணரும் வாய்ப்பு உயிரினங்களுக்கு மட்டுமே உள்ளது. இதைப்பற்றி ஆராயும் அறிவு, மன குலத்திற்கே சொந்தமானது. உயிரினங்கள் தோன்றியது குறித்தும், மன இனம் தோன்றியது குறித்தும், இன்னமும் தெளிவாக அறியப்படவில்லை சிலர் உயிரினம் தோன்றி 4000 மில்லியன் வருடங்கள் ஆகியது என்றும், மன குலம் தோன்றி 4 மில்லியன் வருடங்கள் ஆகியது என்றும் சொல்கின்றன இது குறித்து ஓரளவு விஞ்ஞான விளக்கம் அளித்தவர் சார்லஸ் டார்வின் என்பவரே. அவர் தான் சடுதி மாற்றம் என்ற கண்டுபிடிப்பை முன்வைத்தார். அவர் தான் மனிதன் குரங்கிலிருந்து வந்தவன் என்றார். இப்போதும் குரங்கு இனத்திலுள்ள சிம்பன்சி குரங்கின் குரோமோசோமும், மனிதனின் குரோமோசோமும் ஒன்று என்று கூறுகின்றனர். தடய அறிஞர்கள், தங்கள் கண்டுபிடிப்பின்

மூலம் மனிதனின் தோற்றுவாய் கீழ்க்கண்ட முந்தைய ஆண்டுகளாக தொகுத்துள்ளனர்.

பீகிங் மனிதன்: கி.மு 50000

மம்மூத் (Mammooth): கி.மு 20000

சுமேரிய: கி.மு 5000

இந்து சமவெளி நாகரிகம் (Indus): கி.மு 2500

பிரிமியான்: கி.மு. 1600

மினோவா: கி.மு. 1500

பாபிலோனியா: கி.மு. 1709

எகிப்து: கி.மு. 2000

மைனிசியா: கி.மு. 1250

உறீப்ரு: கி.மு. 1250

அசிரியா: கி.மு. 700

கிரேக்க: கி.மு. 500

தமிழ்: கி.மு. 500

கால்டிக்: கி.மு. 390

மயான்: கி.மு. 300

இந்திய நாகரிகத்தை எடுத்துக் கொண்டால், சிந்து சமவெளி நாகரிக குறித்தும், தமிழகத்தின் இருண்ட காலத்தைக் குறித்தும், முழுத் தகவலும் பெற முடியவில்லை. மொகஞ்சதாரோ, ஹரப்பாவில் எவ்வளவு மக்கள் இருந்தார்கள், அதற்கு பின்னர் அந்த மக்கள் எவ்வாறு அழிந்தார்கள் என்ற தகவலும் இல்லை. அதே போன்று தென் பகுதியும் லெமுரியாக் கண்டமும் எவ்வாறு கடல் கோள் கொண்டு அழிந்தது என்பது குறித்தும் சரியான தகவலில்லை. கபாடபுரம் சிதைவு குறித்தும் போதிய தகவலில்லை தமிழகத்தில் கிட்டத்தட்ட 300 ஆண்டுகள் ஆண்ட களப்பிரர்கள் குறித்து சரியான தகவலில்லை. அவர்கள் ஆண்ட காலம், இருண்ட காலம் என்று அழைக்கப்படுகிறது. ஆனால் சரித்திரங்கள் முடிவுற்றதாகவோ அல்ல மாற்றியோ மக்கள் மத்தியில் வைக்கப்படுகிறது. இது மிகவும் கண்டனத்திற்கு உரியது. தெரியவில்லை என்பது வேறு, மாற்றி எழுதுவது என்பது வேறு. இந்தப் பிரபஞ்சம்

அழகான நீர்நிலை. அதில் காணும் பூமி சிறந்த ஓடம். இந்த ஓடத்தில் பயணிக்கும் மக்களுக்கும், பிற உயிரினங்களுக்கும் இயற்கை பொது ஆணை வழங்கியுள்ளது. அதாவது உண்பது மற்றும் தன் இனத்தை விருத்தி செய்வது. இதில் காலப் போக்கில் ஏற்படும் சடுதி மாற்றத்தால் ஓர் உயிரினம் இன்னொரு உயிரினமாகப் பரிணமிப்பது மற்றும் இயற்கை தேர்வில் வாழ்வது *(Survival of the fittest)* என்று ஏற்படுகிறது. இதனால் ஓர் உயிரினம் இன்னொரு உயிரினத்திற்கு உணவாக அமைந்து ஒரு இயற்கை வளையத்தை அமைத்துள்ளது. ஒன்று அழிந்து, இன்னொன்று தோன்றுகிறது. இவையே நம் கண்முன் அன்றாடம் நடப்பது, மனிதன் தோற்றம் இல்லாமல் இருந்தால், மேற்கூறியவைகள் இயந்திர கதியில் நடந்து கொண்டிருக்கும். மனிதனின் தோற்றம், இந்தப் போக்கிற்கு வேறு வடிவம் கொடுத்தது. மனிதனின் மேலாண்மை இந்தப் பூமியில் கொஞ்சம் கொஞ்சமாக அதிகரித்தது. இன்றைய போக்கில் மனிதன் இயற்கையின் ஓர் அங்கம் என்ற எண்ணம் மறைந்து வருகிறது. இதனால் நன்மையா? தீமையா? என்று வாதிட்டால், விபரம் தெரிந்தவர்கள் தீமை என்று தான் பதிலளிப்பார்கள். பொய்மை எல்லா கோணங்களிலும் மனிதனை சூழ்ந்துள்ளது. இதிலிருந்து அவன் வெளியே வர வேண்டும். அவனுடைய தொன்மையியலை , அவன் உள்ளதை உள்ளவாறு பார்க்க வேண்டும். அதிலுள்ள உண்மையை அவன் உணர வேண்டும். அவன் தன்னையும், தன்னை சார்ந்தவர்களையும், உலகத்திலுள்ள மக்களையும், உலகத்திலுள்ள அனைத்து உயிரினங்களையும் நேசிக்க வேண்டும். இந்த கோட்பாட்டில் இந்த ஆய்வு மையம் தன் கடமையை தொடங்கியுள்ளது.

மானுடத்தின் தொன்மையியல் குறித்து விவரிக்கப்பட்டுள்ள விவரங்கள், உண்மை நிலவரங்களை ஆய்வு செய்து, சரி பார்க்கப்பட்டு, இப்புத்தகம் மூலம் வெளியிடப்பட்டுள்ளது. சில தொகுப்புகள் பாலி மொழியிலிருந்து தமிழாக்கம் செய்யப்பட்டுள்ளதால், இரண்டையும் இணைத்தே கொடுக்கப்பட்டுள்ளது.

திரு ராகுல சாஸ்திரித்தியாயன் என்ற ராகுல்ஜியின் வால்காலிருந்து கங்கை வரை, மற்றும் தர்ஷன் - திக்தர்ஷன்

என்ற புத்தகங்களிலிருந்து மொழி பெயர்க்கப்பட்ட பௌத்த தத்துவ இயல் புத்தகங்களிருந்தும், 1978 -ல் அமெரிக்கன் கல்லூரி தமிழ்த்துறைத் தலைவர் பேராசிரியர் திரு. மோசஸ் பொன்னையா எழுதிய புத்தகத்திலிருந்தும், தாய்லாந்து சிங்கள பௌத்த புத்தக வெளியீடுகளிலிருந்தும், அருங்காட்சியகப் புத்தக செய்தி வெளியீடுகளிலிருந்தும், திரு இராமச்சந்திரன், காப்பாளர் கொற்கை அவர்கள் பத்திரிக்கையின் செய்தி குறிப்பு மற்றும் புத்த பிட்சு தலாய்லாமா அவர்கள் உரைகளிலிருந்தும், பெருவாரியான தகவல்கள் எடுக்கப்பட்டுள்ளன. மேலே குறிப்பிட்டுள்ள அனைவருக்கும் எங்களது நன்றியை உரித்தாக்குகிறோம்.

பொதுமக்கள் அனைவரும் பயனடைய இலவசப் பதிப்பாக வெளியிடப்படுகிறது என்பதை அன்புடன் தெரிவித்துக் கொண்டு, இதைப் படித்துப் பயன் அடைய கேட்டுக்கொள்கிறோம்.

டார்வின் கண்டுபிடிப்பு

சார்லஸ் டார்வின் 1809 - 1882

உயிரனங்களின் பரிணாம வளர்ச்சிகளின் வரிசைகளைச் சார்லஸ் டார்வின் கீழ்க்கண்டவாறு தொகுத்துள்ளார்.

Theory of Protozoa - ஓரணு பிராணிகள்

Coelenterata - குழியுடலி, தொகுதி, கடல்தாமரை, கடற்பான

Porifera - கடற்பஞ்சுகள்

Helminthes - புழுக்கள்

Nematuda - நூல் புழுக்கள்

Minorpylo - நாடாப்புழு

Annelida - வளையப் புழுக்கள், மண்புழு, அட்டை

Sea Squirr - எலும்பு மீன்

Crustacea - நண்டுகள்

Myriapuda - மரவட்டை

Arachinda -சிலந்தி

Arthropoda - *Goof*

Mollusaca - நத்தைகள்

Echinodermata - நட்சத்திர மீன்

Prochoroates - முதுகெலும்பு

Pusces - மீன்

Amphibf - தவளை

Reptilia - ஊர்வன

Pcehistruric Animals - டைனோஆய்

Aves - பறவைகள்

Mamalia - பாலூட்டிகள்

தகவல் - தொல்பொருள் காப்பகம், சென்னை

பரிணாம வளர்ச்சியின் உச்சியில் இருக்கும் பாலூட்டிகளில் வளர்ச்சியே, மனித இனம் என சார்லஸ் டார்வின் தெளிவுபடுத்தினார்.

உயிரின் தோற்றம், தாவரங்கள், பிராணிகள், மனிதனின் தோற்ற பரிணாம வளர்ச்சிப் போக்கில் எவ்வாறு ஏற்பட்டது என்பதை விஞ்ஞான ரீதியாக ஆய்வு செய்து சார்லஸ் டார்வின் நிரூபித்தார். இயக்கவியல் ஆய்வு முறைக்கு இது மேலும் வலுவூட்டியது. ஜீவராசிகள் அனைத்தும் கடவுளின் படைப்பு என்ற கருத்தை நிராகரித்து, பரிணாம வளர்ச்சி பற்றிய கருத்துக்கு

இக்கண்டுபிடிப்பு திட்டவட்டமான வடிவம் கொடுத்தது. பிறப்பு இறப்புகளின் ஒரு வரிசை தொடர்ச்சிதான் வாழ்வாக அமைகிறது என்றும், ஒவ்வொரு ஜீவராசியும், ஜீவ அணுக்களின் சமூகம் என்றும் இக்கண்டுபிடிப்பு வெளிப்படுத்தியது.

எல்லா ஜீவராசிகளும், வளர்ச்சியின் நீடித்த இயக்கப் போக்குகளின் விளைவுகளாகும். அவை எல்லாம் ஒற்றை ஜீவ அணு அமைப்பாக *(Uni cellular Organism)* ஆரம்பித்த சின்னஞ்சிறு கிருமிகளிலிருந்து வளர்ச்சி பெற்றவையே என்று சார்லஸ் டார்வின் நிரூபித்தார்.

இயற்கை விஞ்ஞானக் கண்டுபிடிப்பு என்பது ஆற்றலின் அழியாமையையும், மாற்றத்தைப் பற்றியும் உள்ள விதிகளின் கண்டுபிடிப்பாகும். இயற்கையின் பொருளியியல் ஒருமைக்கும், அதன் பல்வேறு செயல் முறைகளுக்கும் பரஸ்பர தொடர்பு உண்டு. இயந்திர இயக்கம், வெப்பம், மின்சாரம், இரசாயன ஆற்றல் ஆகியவை போன்ற நிகழ்ச்சிகள் தமக்குள் பிரிக்க முடியாதவையாக ஒன்றோடு ஒன்று இணைந்தவை. ஒன்று மற்றொன்றாக மாறக்கூடியவை. உயிரோடு இருக்கும் ஜீவராசிகளைப் போலவே, ஜடமான பொருட்களிலும் கூட

இயக்கப் போக்குகளின் சங்கிலி இணைப்புகள் இருக்கின்றன என்று இக்கண்டுபிடிப்பு வெளிப்படுத்தியது.

நேயமிக்க விஞ்ஞானி

சர், ரூடால்ப் டீசல் என்பவர், டீசல் இன்ஜினை கண்டுபிடித்தார். இதனால், இவருடைய பெயராலேயே டீசல் இன்ஜின் என்று அழைக்கப்பட்டது. இந்த இன்ஜினை பயன்படுத்தி உருவாக்கப்பட்ட மோட்டார்களை, உலக மகா யுத்தத்தில் பயன்படுத்தி நாசவேலையில் ஈடுபட்டதைக் கண்டித்து தற்கொலை செய்து கொண்டார்,

கி.பி. 5 முதல் 13ம் நூற்றாண்டு வரை இருந்த நாளந்தா பல்கலைகழக வளாகத்தில் கி.பி. 6ம் நூற்றாண்டில் உருவாக்கப்பட்ட பவுத்த கோவில் – தற்போது சிதிலமடைந்த நிலையில் உள்ளது.

இந்திய கலப்பின உருவாக்கம்

காலஇன மக்கள்	இடம்	சூழ்நிலை
6000 ஹிந்தோ ஈரானியன்	வால்கா நதிக்கரை	நாடோடி வாழ்க்கை
3500 ஹிந்தோ ஸ்லாவியர்	வால்கா நதிக்கரை மத்திய பாகம்	நாடோடி வாழ்க்கை ஆரியர்கள் கிழக்கு நோக்கி நகர்தல்
3000 ஹிந்து ஈரானியன்	மத்திய ஆசியா வடகுரு பகுதி	வடக்கு பகுதி நாடோடி வாழ்க்கை ஆரியர்கள் கிழக்கு நோக்கி நகர்தல்
2500 இந்தோ ஈரானியன்	வட்சு நதிக்கரை (தாஜிக்ஸ்தான்)	விவசாயம் தாமிர உபயோகம் அறிமுகம்
2000 இந்திய ஆரியர்	மேல்ஸ் வாதம்	ஆரிய லிபி தோன்றவில்லை இந்தியாவில் உள்ள பூர்வகுடிகளான அசுரர்கள் செந்நிறம் கலந்த கருப்பு இன மக்கள் சிறப்புடன் வாழ்தல்
1800 இந்தியா ஆரியர்	காந்தாரம் (தட்சீலம்)	துசுரர் ஆரியர் பண்டமாற்று முறையில் வர்த்தக தொடர்பு ஏற்படுதல்
1500 வேதகால ஆரியர் இவர்களிடையே சத்திரியர் புரோகிதர் என ஆளுமைப் பிரிவுகள் தோன்றுதல்	குருபாஞ்சலம் (ரகில்கண்டு) ஐக்கிய மாகாணத்தின் மேற்கு பாகம்	ஆரிய லிபி தோன்றவில்லை. ஆரிய அசுரர் யுத்தம் தொடங்குதல். அசுரர் தோல்வியடைதல். அசுரர் கோட்டைகள் தகர்க்கப்பட்டு ஆரியர்கள் கங்கைச் சமவெளியில் பரவுதல் வசிஸ்டர் பரத்வாஜர் விஸ்வாமித்திரர் போன்ற முனிவர்கள் ஆரிய மேலாண்மைக்காக வேதங்கள் இயற்றுதல்

		இதன் தொடர்ச்சியாக ருக்வேதம் இயற்றப்பட்டது. சத்திரியர் புரோகிதர் அமைப்புகள் சமூகத்தில் இறுக்கமாகுதல்.
1000 வேதகால ஆரியர் முழுவீச்சில்	சிந்து கங்கை சமவெளி	ஆரியர்கள் தெற்கு நோக்கி நகர்தல் வேள்வியில் யாகசாலைகள் ஏற்படுதல் அடிமைகள் அமைப்பு உருவாகுதல் மேலாண்மை வர்ணாசிரம அமைப்புகள் உருவாகுதல்.
700 வேதகால ஆரியர்	சிந்து கங்கை சமவெளி	சத்திரியர்-புரோகிதர் மற்றும் பல அமைப்புகள் மேலும் இறுக்கமாக அடிமை அமைப்பு முழுவீச்சில் உள்ளது பிர்மம் புனர் ஜென்மம் மறுபிறவி போன்ற கருத்து தோன்றுதல் சபைகள் அமைத்து தர்க்கம் நடத்தி மற்றவர்களை அடிமை கொள்ளல், யாக்கிய வல்கியர் என்ற தர்க்கவாதி உபநிஷத்துக்களை உருவாக்குதல். நந்தவனம் தோட்டம் அமைத்தல் இரும்பின் உபயோகம் தொடங்குதல்
570 கலவை இன அறிகுறி *490*	சிந்து கங்கை சமவெளி மற்றும் தென் பகுதி	புத்தர் - மகாவீரர் காலங்கள் பிர்மம் புத்தர் ஆன்மா வர்ணாசிரமம் அடிமைத்தனத்திற்கு எதிராக புத்தர் பிரச்சாரம் செய்தல் அரசர்கள் பிரஜேனசித்தர் அஜாதசத்ரு காலம்
335 கலவை இன தோற்றங்கள்	சிந்து கங்கை சமவெளி	மத்திய தென் பகுதி அரசர்கள் பாரசீக தாராயோஷ் விஷ்ணு குப்த சாணக்கியர் சந்திரகுப்த மௌரியர் காலம் கிரேக்க பாரசீக இந்திய கலாச்சார சங்கமம் மௌரிய பேரரசின் தோற்றம்
250 கலப்பின மக்கள்	சிந்து கங்கை சமவெளி	கி.மு *273-236* அசோகர் காலம் பௌத்த பேரரசு இந்தியாவின் தென்பகுதி வரை உதயம். இந்திய வெளிநாட்டுத் தொடர்புகள்

183 கலப்பின மக்கள்	காந்தாரம் வட இந்தியா	மௌரிய கடைசி மௌத்த அரசன் பிரசுத்ரதாவை சேனாதிபதி புஷ்யமித்ரசுங்கன் கொன்று சங்கப் பேரரசு உதயம். வால்மீகி காலம் ராமாயணம் மகாபாரதம் தொகுக்கப்பட்டு விரிவாக்கப்பட்டு கூத்து நாடகமாக அரங்கேறியது, பிராமிணியம் முழுவீச்சில் புரோகிதர் பதஞ்சலி தலைமையில் எழுச்சி பெற்றது. பவுத்த பிட்சுக்கள் நரவேட்டைப்படுதல். பவுத்த பிட்சுக்கள் பல நாடுகளுக்கு வெளியேறுதல்.
150 கலப்பின மக்கள்	காந்தாரம் ஆப்கானிஸ்-தான்	பௌத்தம் தழுவிய அரசர் மியான்டர் காலம். அவர் சினால்கோட்-ஐ-கிரேக்கம் இந்தியா தலைமை இடமாகக் கொண்டு ஆறுதல் பௌத்த பிட்சுகளுக்கு அடைக்களம் கொடுத்தல். கந்தகார் பாமியான் பௌத்த கேந்திரமாக விளங்குதல்
கி.பி. 50	கிரேக்கம் வட இந்தியா ஆப்கானிஸ்-தான்	பௌத்த அரசர் கனிஷ்கர் காலம் கவி அஷ்வகோஷ் தலைமையில் கிரேக்க இந்திய கலைகள் வளர்ச்சி அடைதல். நான்காவது பௌத்த மாநாடு காஷ்மீரில் நடைபெற்றது. மகாயான பௌத்தம் இம்மாநாட்டில் பிறந்தது.

சாஸ்தா வழிபாடும் பவுத்தத்தின் தொடர்பும்

அ. குதிரை சாஸ்தா வழிபாடு

வாணிபச் சங்கம் பௌத்த தொடர்புடையது. இதைச் சார்ந்தோ பௌத்த சமயத்தினை வழிபட்டனர். பாலி மொழியில் முக்கடு என்றும் தமிழில், முக்கந்தர் என்றும் அழைக்கப்பட்டனர். முக்கந்தர் சாஸ்தாவாகவும் குதிரையும், குதிரைக்காரனாக ஆத்திச்சாமியும் (மாடசாமியும் நிற்கும் காட்சி தேரி எங்கும் காணப்படும் ஒப்பற்ற காட்சி. முக்கந்தரின் வலது பக்கம் எல்லா செல்வத்திற்கும் உரிய பூரணியும், இடது பக்கம் எல்லாக் கலைகளுக்கும் உரிய பொற்கலையும் வீற்றிருக்க, குதிரை முன்னே காத்து நிற்க குதிரையில் ஆத்திசாமியும், குதிரை வாதுரி, உடுப்பு, வல்லயம், பன்றியுடன் அருகில் நிற்க, முக்கந்தர் கொலு வீற்றிருக்கும் காட்சியே சாஸ்தா கோயிலின் காட்சியாக அமைந்துள்ளது. ஐயனார் ஆன முன்னோரையே, சாஸ்தா என வணங்குவராயினர்.

பௌத்த சமயம் போற்றியவை மூன்று. அவை தம்மம், பிடகம், சங்கம் என்பவை. பௌத்த நன்னெறிகள் சீலங்கள் எனப்படும். அவையே தம்மம், சீலங்களை நன்கு விளக்கும் இலக்கியங்கள் பிடகம், நடைமுறையில் வகுத்து காட்டுவது சங்கம். சங்கங்கள் இரண்டாக அமைக்கப்பட்டிருந்தது. ஒன்று வாணிபச் சங்கம். இது பொருளாதார அரசியல் அடிப்படையை உறுதி படுத்தும் நோக்கத்தோடு அமைக்கப்பட்டிருந்தது. வாணிபச் சங்கத்திற்கு உறுதுணையாக சமுதாய நல்லெண்ணத்தையும் கடமையையும், அமைதியையும் நிலைபெறச் செய்து, மக்கள் வாழ்வை நெறிபடுத்துவதற்காக மற்றொரு சங்கமும் அமைக்கப்பட்டிருந்தது. இவை இரண்டும் பிராமணீயத்தின் செல்வாக்கை குறைத்து, மக்களுக்கும் அரசர்க்கும் நேரடித் தொடர்பை உண்டாக்குவதையே, குறிக்கோளாகக் கொண்டு அமைக்கப்பட்டிருந்தது. இதில் வாணிபச் சங்கத்தின் தொகுதித்

தலைவர் (Unit) பாலி மொழியில் முக்கடு என்ற முக்கந்தரும், சமூகச் சங்க காவலர்க்கு மாசனம் என்ற பெயரும், இத் தொகுதி ஒருமைப்பாட்டு குழுவிற்கு பஞ்ச மகால் என்றும் குறிக்கப்பட்டிருந்தது. முக்கந்தர் அமைப்பு இந்தியா முழுவதும் பௌத்தர்களால் நிறுவப்பட்டது. முக்கந்தர்களின் நகர்த் தொகுதி - தலைவர், செட்டி எனக் குறிப்பிடப்பட்டார். தேரிப் பகுதிக்கான நகர் தொகுதி நிலையமாக மானாவூர் பண்டவப்பள்ளி செட்டியாபத்தில் இயங்கிற்று.

செட்டியாபத்து ஸ்ரீஐந்து வீட்டு சாமி கோவிலில் பயன்படுத்தப்படும் பெயர்கள், பாலிச் சொற்கள் கலந்ததாக உள்ளது. பாலிச் சொல் அடைப்புகளில் கொடுக்கப்பட்டுள்ளன.

பானை (பாண்டம்), சாதம் (அன்னமுந்திரி), அகப்பை (கணக்கப் பிள்ளை), இறைச்சி (தொசம்), எலும்பு (கரண்), தோல் (சட்டை), பன்றி (ஆத்தி), கடாய் (நடையன்), கோழி (கீரிக் குட்டி), முட்டை (அண்டம்), மீன் (மச்சம்), பூசாரி (அண்ணாவி), மந்திரம் (பாதப்பால்)

ஆ மணப்பாறை குகைகள்

மணப்பாட்டு குகை

இக்குகை மூன்று அமைப்புகள் உடையது. நடுக்குகை 12 அடி உயரமும் அதே அளவு அகலமும் கொண்டு, ஒரு விசாலமான அறையாகக் காணப்படுகிறது. இக்குகை கடலைப் பார்த்து அமைந்துள்ளது. மணற்பாறையில் குடையப்பட்டது என்பது மனங்கொளற்குறியது. அந்த குகையின் சுவர்களில் எவ்வித இயற்கை அழகைக் காட்டும் ஓவியமோ படைப்பு உருவமோவரையப்படவும் இல்லை, செதுக்கப்படவும் இல்லை. மகேந்திர பல்லவர் மற்றும் பாண்டியர் குகைகளைக் காட்டிலும் இவை பழமையானவை. கி.மு. 3ம் நூற்றாண்டில் அசோகர் தம் மகன் மகேந்திரரை இலங்கைக்கு புத்த நெறியை பரப்புமாறு அனுப்பினார். அசோகர் மகள் தேரி சங்கமித்திரையும் போதி மரக்கிளையுடன் இலங்கை சென்றார். அவ்வாறு செல்லும் போது, அவர்கள் தென்பகுதியில் பௌத்தத்தைப் பரப்பினார்கள். தேரிப் பகுதியில் மகேந்திரர்

பரப்பியது, தேரவாத பவுத்தமாக இருந்தாலும், மகாயான பௌத்தர்கள், தம் செல்வாக்கால் வாணிபச் சங்கங்களை நிறுவியதால் அது மகாயான பௌத்தமாக மாறியது. மகாயான பௌத்தர்கள் உருவ வழிபாட்டை ஏற்றுக் கொண்டவர்கள். எனினும், தேரிப் பகுதியில் கூல் வணிகர் சீத்தலை சாத்தனார் எழுதிய மணிமேகலையில் மேற்கொண்டு விளங்கும் இடைநிலை சார்ந்த பௌத்த நெறியாகவே தேரிப்பகுதி பௌத்தம் இருந்தது. மகாயான பௌத்தர்கள் தேவையற்றது என ஒதுக்கும் சீலங்கள் அனைத்தையும் தெரியக் கூறி, எண்ணற்ற புத்தர் என்று, புத்தரைத் தெய்வமாக்கும் மகாயானர் போக்கையும் ஏற்று, புத்தர் தெய்வமாக வணங்கப் பெற்றார்.

சாஸ்தா கோவில்களில் புத்த சாதகக் கதைகளில் புத்தர் எடுத்ததாகக் கூறப்படும் அவதார மூர்க்கங்கள் எல்லாம் இடம் பெறுகின்றன. ஊரில் நந்தவனம் அமைத்தலும் அதில் போதி சத்துவரை நிறுவி வழிபடலும், காலையில் குளித்து வாணிபம் செய்வதும், மற்றும் பிற தொழிலில் ஈடுபடுவதும் நடைமுறையில் இருந்தது. பின்பு பௌராணிகள் செல்வாக்கால் பௌத்தம் கி.பி. 5ம் நூற்றாண்டுக்கு பின் பிற பகுதியில் வீழ்ச்சி அடைந்த பின்பு, பிள்ளையாரை வைத்து வழிபடலாயினர். கி.பி. 7ம் நூற்றாண்டில், போதி (அரச) மரத்தின் அடியில் உள்ள போதிசத்துவரை எடுத்துவிட்டு, பிள்ளையாரை வைத்து வழிபடும் நிலை ஏற்பட்டது. மற்ற குகைகளைக் காட்டிலும் மணப்பாட்டு குகை மிகப் பழமையானவை. இக்குகையின் பெரிய அறையின் வடகிழக்கு மூலையில் ஏறத்தாழ 3-1/4 அடி விட்டம் உள்ள ஒரு கிணறு தோண்டப்பட்டிருக்கிறது. அக்கிணற்றில் நல்ல குடிநீர் உள்ளது. அறைக்குள் கிணறு அமைக்கப்பட்டிருக்கும் காரணத்தினாலேயே, அதில் துறவிகள் தனிமையை நாடி ஒதுங்கி வாழ்ந்திருக்கவேண்டும் என்று கருதலாம்.

இதே போன்று மணப்பாட்டுக்கு வடக்கே 7கல் தொலைவில், திருச்செந்தூர் சுப்பிரமணியசுவாமி கோவில் எல்லைக்குள் வள்ளி குகை அமைந்துள்ளது. அது மணற்பாறையில் குடையப்பட்டதாகும். அதன் சுற்றுச் சுவர்களே, தூண்களாக பெற்றிருக்குமாறு நன்கு குடையப்பட்டு கற்களால்

அமைக்கப்பட்டிருக்கிறது. இக் குகைக்கு தெற்கில் சிறிது தூரத்தில் இன்னும் வற்றாத நீர் ஊற்றைக் கொண்ட ஒரு பழங்கிணறு, அக்காலத்தில் தோண்டப்பட்டு இன்றும் உள்ளது. தேரி பகுதிகளில் பவுத்தம் நிலை பெற்றிருந்ததால், இக் குகைகள் பவுத்த துறவிகள் வாழ்ந்தார்கள் என்று நம்ப இடம் உண்டு. இது குறித்து விரிவான ஆய்வு நடத்தப்பட வேண்டும்.

தேரிப் பகுதியில் மணப்பாட்டில் உள்ள குகை பௌத்த விகாரையே என்பதற்கு நேர்முறை ஆதாரமும் உள்ளது. மயிலை சீனி வெங்கடசாமி அவர்கள், தனது பௌத்தமும், தமிழும் என்ற புத்தகத்தில் ஆச்சார்ய தம்மபாலர் என்ற மகாதேரர் சிங்களத் தீவுக்கு அருகிலுள்ள தமிழ்நாட்டில் படரதித்த விகாரரையில், வசித்த பொழுது சூத்திரப் பிடகத்திற்கு உரை எழுதினார் என்று, சாசன வம்சம் என்ற சிங்கள நூல் கூறுவதாக கூறியுள்ளார்.

வள்ளிக் குகை பஞ்சமகால் நிறுவனம் அமைந்த இடத்தில் இருந்த பள்ளி. அது துடிதபுரம் என முன்பு பெயர் பெற்றிருந்தது. துடிதலோகம் என்பது, கௌதம புத்தராக அவதரித்த பிரபாபாலர் என்னும் போதிசத்துவர் அங்ஙனம் அவதரித்ததற்கு முன்பு வாழ்ந்த லோகம் என்பர். வள்ளிக் குகையான பள்ளி துடிதபுரமாகவே இருந்திருக்க வேண்டும் என்று கருதப்படுகிறது. வீரசோழிய யாப்புப் பாடல் முப்பத்தி மூன்றாம் காரிகையில் உரை மேற்கோளாகக் காட்டப்படும்.

தொழும் அடியர் இதயமலர் ஒரு பொழுதும் பிரிவு அரிய துணைவன் எனலாம் எழும் இரவி கிரணம் நிகர் இலகுதுயில் புனை செய்தருள் இறைவன் இடமாய் குழூவும் மறையவர்முனி வரரும் அரி பிரமர்உர கவனும் எவரும் தொழுதகைய இமையவரும் அறமருபு துதி செய்தெழு துடிதபுரமே என்ற செய்யுள் உரகபுரத்தில் போதிசத்துவர் ஏனைய ரோடுகூடி எழும் இரவிகிரணம் நிகர் இலகு துயில் புனை செய்தருள் இறைவனான புத்த தேவனை வழிபடும் காட்சியையே விளக்கிக் கூறுகிறது. எனவே மணப்பாடு குகை தேரவாத பௌத்த நெறி மிகு செல்வாக்கிலுருந்த மகேந்திரர் காலத்திலும், வள்ளிக்குகை எனப்பட்ட உரகபுரப்பள்ளி, மகாயான பௌத்தர் செல்வாக்கிலிருந்த காலத்தில், அதாவது

நாகார்ஜுனர் காலத்திற்குப் பின்னரும் குடையப்பட்டிருக்க வேண்டும்.

களப்பிரர் ஆட்சிக் காலத்தில், அச்சுதவிக்கந்தன் என்ற அரசன் கி.பி. இரண்டாம் நூற்றாண்டு பிற்பகுதியில் தமிழகம் முழுவதையும் பௌத்த நெறியில் ஆட்சி செய்தார், என்பதும் அவர் சேர சோழ பாண்டியர்களை சிறை செய்தார், என்பதும் மனதில் கொள்ளத்தக்கது. பிற்காலத்தில் பிற களப்பிரர் ஆட்சியில் சமணம் ஏற்றம் பெற்றது. பின்பு மாறவர்மன் அரிகேசரி என்ற கூன்பாண்டியன் (கி.பி. 570 - 630) காலத்தில் களப்பிரர் ஆட்சி முடிவுக்கு வந்தது. 300 ஆண்டுகள் ஆண்டகளப்பிரர் ஆட்சியில் சேர சோழ பாண்டியர்கள் அனுபவித்த அவமானங்களே, களப்பிரர் பற்றிய முழுமையான தகவல் கிடைக்காமல் போனது என்றும் அக்காலத்தை இருண்ட காலம் என்றும் குறிப்பிடுவதாக கருத இடம் உண்டு. பின்னர் பிராமணீயம் தன்னைச் சீர்திருத்திக் கொண்டு, பல்வேறு இடைச்செருகல்களைப் புகுத்தி, பக்தி இயக்கங்கள் மூலம் எழுச்சி பெற்றது. அறிவைப் போற்றிய பவுத்தமம், சமணமும் வீழ்ச்சி அடைந்தன.

தகவல் - அமெரிக்கன் கல்லூரி பேராசிரியர் திரு மோசஸ் பொன்னையா 1978ல் எழுதிய குறிப்பு.

குறிப்பு: பிராமணீயம் என்றும் ஆரிய சமயம் என்றும் குறிப்பிடப்பட்ட பார்ப்பன சமயம், சைவ, வைணவ சமயங்களுடன் சேர்ந்து கலந்து ஒன்று பட்டபின், இவைகள் இந்து சமயம் என்று வெளிநாட்டாரால் குறிக்கப்பட்டது. இக்கலப்பிற்கு முற்பட்ட புத்த - சமணகால ஆரிய சமயமே வரலாற்று ஆசிரியர்களால் பார்ப்பன சமயம் எனக் குறிக்கப்படுகிறது. அதை வேத - வேள்வி சமயம் என்றும் தமிழில் குறிக்கலாம்.

உபநிஷதம் - பிர்மஞானத்தை பற்றியும், ஆத்மா - பரமாத்மா முதலியவைகளைப் பற்றியும் விளக்குவதோடு, வேதத்தின் ரகசியத்தையும் கூறும் நூல். புத்தருடைய காலத்திற்கு முன்யாக்கியவல்கியன் உருவாக்கியது. புத்தர், மகாவீரர், மற்ற கிளர்ச்சியாளர்கள் இதற்கு எதிராக பிரச்சாரம் - செய்தனர்.

அமராவதி ஸ்தூபம் கி.மு. 200 – கி.பி. 250

பௌத்த தலங்களில் நடந்த அகழ்வாராய்ச்சிகள்

தொல்பொருள் ஆராய்ச்சித் துறையினரால் பல இடங்களில் அகழ்வாராய்ச்சி தொடங்கப்பட்டு, அதில் கிடைத்த தடயங்களின் அடிப்படையில் தங்களது கருத்துக்களைத் தெரிவித்துள்ளார்கள். குறிப்பாக கீழ்க்கண்ட ஊர்கள் புராதன இடங்களாகவும், கலாச்சார செழுமை மிக்க இடங்களாகவும் அறிவிக்கப்பட்டன.

1. அமராவதி
2. ஜக்கய பேட்டை
3. காஞ்சிபுரம்
4. கோலி
5. கரிக்கா பகுடு
6. குண்ட பள்ளி
7. கண்டசாலா
8. எறையூர்
9. கூவம்
10. பாட்டி பொராளு
11. சின்னி
12. விந்தியதாராபுரம்
13. பெட்டமுடியம்
14. நாகப்பட்டிணம்
15. சங்காராம்
16. ராமதீர்த்த ம்
17. ஜெயங்கொண்டம்

இவை பெரும்பாலும் ஆற்றின் படுகைகளில் அமைந்த ஊர்களாகும் என்பது குறிப்பிடத்தக்கது. இவைகள் அசோகர் காலத்திற்கு பின்பும் கி.மு. 2 ம் நூற்றாண்டிற்கு முற்பட்டதாகவும் கருதப்படுகிறது.

அமராவதி

அமராவதி, ஆந்திர மாநிலம், குண்டுருக்கு மேற்கே அமைந்துள்ளது. இது ஆந்திர அரசர்களின் தலை நகராகவும் விளங்கியது. இங்குள்ள புத்த ஸ்தூபங்கள் கி.மு. 200 ஆண்டு முதல் கி.பி. 250 ஆண்டு வரை வெவ்வேறு கட்டங்களாக நிர்மாணிக்கப்பட்டது. சீன யாத்திரிகர் யுவான் சுவாங் காலத்தில் அமராவதி பல நிலைகளில் உன்னத நிலையில் இருந்தது. இதன் நிலை கி.பி. 12ம் நூற்றாண்டு வரை நீடித்தது. கி.பி. 18ம் நூற்றாண்டு இறுதியில் ஆங்கிலேய அகழ்வாராய்ச்சி நிபுணர்கள் இதன் அழிவுகளைக் கண்டெடுத்து அதில் 200 நல்ல பளிங்கு கற்களை லண்டன் தொல்பொருள் காப்பகத்திலும், கொல்கத்தா தொல்பொருள் காப்பகத்திலும் சேர்த்தனர்.

ஐக்கய பேட்டை

கிருஷ்ணா நதியின் வட ஓரத்திலும், அமராவதியின் எதிர் திசையிலும் அமைந்துள்ள இந்நகரம் புகழ் பெற்ற பௌத்த தலமாகும். இதனுடைய ஸ்தூபங்கள் அமராவதிக்கு ஒத்ததாகும். இதுவும் கி.மு 200 ஆண்டைச் சார்ந்ததாகும்.

காஞ்சிபுரம்

தென் இந்தியாவில் வெவ்வேறு கலாச்சாரங்கள் நிரம்பிய நகரமாக இது விளங்கியது. பிற்காலங்களில் பல்லவர்களின் தலைநகராகவும் விளங்கியது. பௌத்தம் - ஜைனம் - பிராமணீயம் ஆகிய மதங்கள், இங்கு பரவலாக இருந்தது, பின்பு ஜைன - புத்த மதங்களில் வீழ்ச்சிக்குப் பிறகு பிராமணீயம் மேலாண்மை கொண்டது. பௌத்தத்தின் ஏற்றத்திற்கு, இன்றும் ஸ்ரீ காமாட்சி அம்மன் கோவிலில் புத்தரின் முழு உருவச் சிலை இருப்பதே சாட்சியாக உள்ளது.

கோலி

ஆந்திர மாநிலம் குண்டூர் மாவட்டம், பாலநாடு தாலுகா பகுதியில் அமைந்துள்ள நகரமாகும். அமராவதியில் உள்ள பௌத்த சிற்பங்களின் மூன்றாம் கட்டப்பணிகள் கி.பி. 250ம் ஆண்டில் நடைபெறும் போது இங்குள்ள கட்டிட பணிகளும் நடை பெற்றிருக்க வேண்டும். இன்று இவைகள் அழிந்த நிலையில் உள்ளன.

கரிக்காபாடு

ஆந்திர மாநிலம், குண்டூர் மாவட்டத்தில் உள்ள பௌத்த கலாச்சாரம் நிரம்பிய ஊர், இதன்

கட்டிடங்களும் அழிந்த நிலையில் உள்ளன. இது கி.பி. 2000ம் ஆண்டைச் சார்ந்தது.

குண்டப்பள்ளி

இது ஆந்திர மாநிலம் கிருஷ்ணா மாவட்டத்தைச் சார்ந்த நகரமாகும். புத்தரின் நின்ற நிலையில் உள்ள சிலை, சிவப்பு மண் கட்டிடம் இன்றும் உள்ளன. இது கி. மு. ஒன்றாம் நூற்றாண்டைச் சார்ந்தது.

கண்டசாலா

இது ஆந்திர மாநிலம் கிருஷ்ணா மாவட்டத்தைச் சார்ந்த நகரமாகும். புத்தரின் உருவச் சிலைகள், கட்டிடங்கள் அழிந்த நிலையில் உள்ளன. கி.மு 3ம் நூற்றாண்டில் அசோகர் காலத்தில் உயரிய நிலையில் இருந்ததற்கான ஆதாரங்கள் உள்ளன.

எறையூர்

இது தமிழகத்தில், தஞ்சை மாவட்டத்தில் உள்ள ஊராகும். கி.பி. 13ம் நூற்றாண்டு வரை பௌத்தம் செழுமையாக இருந்ததற்கான தடயங்கள் உள்ளன. அமர்ந்து தியான நிலையில் உள்ள புத்தரின் சிலை இன்னும் உள்ளது.

கூவம்

இது தமிழகத்தில், செங்கல்பட்டு மாவட்டத்தில் உள்ள சிறிய ஊராகும். இதுவும் பௌத்த தலமாக உள்ளது. இன்றும் அமர்ந்து தியான நிலையில் உள்ள புத்தரின் சிலை உள்ளது.

பாட்டிப்பு ரோலு

ஆந்திர மாநிலம், குண்டூர் தாலுகா, மசூலிப்பட்டினத்திற்கு தென்மேற்கே 40 கிலோமீட்டர் தொலைவில் உள்ள ஊராகும். 1892ம் ஆண்டு அகழ்வாராய்ச்சி நடந்த போது, இதன் சிறப்பு வெளிப்பட்டது. அசோகர் காலத்தில் மிகவும் சிறப்பான நகரமாக இருந்ததற்கான ஏராளமான தடயங்கள் கிடைத்துள்ளது. இவைகள் கொல்கத்தாவில் உள்ள மகாபோதி சங்கத்தில் வைக்கப்பட்டுள்ளன.

சின்னி

இது ஆந்திர மாநிலம் குண்டூர் மாவட்டத்தில் உள்ள ஒரு சிறிய ஊர். இதுவும் ராணி கௌதமியின் புதல்வர் ஸ்ரீ யான சதகர்னி ஆண்ட 27 ஆண்டில் சிறப்புடன் திகழ்ந்த புத்த தலமாகும். இங்குள்ள கட்டிடமும் அழிந்த நிலையில் உள்ளது.

விந்திய தாராபுரம்

இது ஆந்திர மாநிலம் கிருஷ்ணா மாவட்டத்தில் உள்ள சிறிய ஊராகும். இங்கும் அமராவதியில் உள்ளது போன்ற புத்தரின் உருவச் சிலைகளின் தலை பகுதி கிடைத்துள்ளன.

பெட்டாமுடியும்

இது ஆந்திர மாநிலம் கடப்பா மாவட்டத்தில் குண்டேரு ஆற்றின் வட பகுதியில் அமைந்துள்ளது. ஜம்மவனமடுகு என்ற ஊருக்கு வடக்கே 20 கி.மீ தொலைவில் உள்ளது. இங்கு 1905 - 06ம் ஆண்டுகளில், அகழ்வாராய்ச்சி நடந்த போது இங்கு நீண்ட காலம் பௌத்தம் உன்னத நிலையில் இருந்ததற்கான தடயங்கள் கிடைத்தன. இவைகள் தற்போது தொல்பொருள் அருங்காட்சியகத்தில் வைக்கப்பட்டுள்ளன.

நாகப்பட்டினம்

தமிழகத்தில் உள்ள துறைமுகமாகும். இங்கு பழைய காலங்களில் மலேயா, ஜாவா போன்ற பகுதிகளிலிருந்து கப்பல்கள் வந்து சென்றதால் அதிக அளவில் புத்த துறவிகள் வந்து தங்கிச் செல்லும் இடமாக இருந்தது. இதன் பொருட்டு பௌத்த வழிபாட்டு தலங்கள் அமைக்கப்பட்டன. இங்குள்ள தங்கத்தாலான புத்தர் சிலையை எடுத்துச் சென்று ஸ்ரீரங்கத்தில் உள்ள ரெங்க நாதர் ஆலயத்தை, திருமங்கை ஆழ்வார் நிர்மாணித்தார். கி.பி. 13ம் நூற்றாண்டு வரை பௌத்தம் நாகப்பட்டினத்தில் ஏற்ற நிலையில் இருந்தது. இங்கு கிடைத்த புத்த சிலைகள், படிமங்கள் தற்போது அருங்காட்சியகத்தில் உள்ளன.

சங்காராம்

இது ஆந்திர மாநிலம், விசாகப்பட்டிணம் மாவட்டத்தில் அனகபள்ளி தாலுகாவின் கிழக்கு பகுதியில் அமைந்துள்ளது. இது சங்கராரே என்ற பெயரிலிருந்து மருவியது. இங்கு கிழக்கு மேற்காக இரண்டு சிறிய மலைகள் உள்ளன. ஒன்றின் பெயர் போஜன கொண்டால், அதாவது புத்தரின் மலை. அடுத்தது லிங்கல கொண்டா, அதாவது ஸ்தூபாமலை. இங்கு 1907 - 08ம். ஆண்டுகளில் அகழ்வாராய்ச்சி நடந்த போது கிடைத்த தடயங்கள் அருங்காட்சியகத்தில் வைத்துப் பாதுகாக்கப்பட்டன.

ஜெயங்கொண்டம் - புத்தர் சிற்பங்கள்

திருச்சி மாவட்டம் உடையார்பாளையம் வட்டத்தில் அமைந்துள்ளது ஜெயம்கொண்டம் என்ற ஊர். இவ்வூரில் தெற்கு வெள்ளாழத் தெரு கண்ணாரத் தோப்பு என்ற இடத்தில் புத்தர் சிற்பம் ஒன்று உள்ளது. இச்சிற்பம் செவ்வக வடிவான தாமரை பீடத்தின் மீது இரு கைகளையும் தொடையில் அமர்த்தி தியான நிலையில் காணப்படுகிறது. புத்தர் சிற்பத்தின் இடது தோளில் அங்கி காணப்படுகிறது. கழுத்துப் பகுதியில் மூன்று மடிப்புகள் உள்ளன. புத்தரின் தலையில் சுருண்ட கேசமும் உஷ்நிஷா எனும் நீண்ட முடி அமைப்பும் காணப்படுகின்றன. நீண்ட காதுகளும் எடுப்பான

நாசியும் மூடிய கண்களும் தியான நிலையில் இருக்கும் புத்தருக்கு அழகூட்டுகின்றன. புத்தரின் பின்புறம் போதிமரம் காட்டப்பட்டுள்ளது. போதி மரத்தில் இலைகளுடன் கூடிய மரக்கிளைகள் அழகுற வடிக்கப்பட்டுள்ளன. போதி மரத்தில் லிங்க உருவம் காட்டப்பட்டுள்ளது. போதிமரம் ஒரே கல்லில் வடிக்கப்பட்டுள்ளன. போதிமரம் புத்தர் சிலையின் பின்புறம் ஆரம்பித்து தலைக்கு மேல் அரவம் ஒன்று படம் எடுப்பது போல் வடிக்கப்பட்டுள்ளது சிற்பத்தின் உயரம் 170 செமீ அகலம் 35 செ.மீ இப் புத்தர் சிற்பம் கிபி 10-ஆம் நூற்றாண்டை சார்ந்த சோழர் கால கலைப்படைப்பாகும்.

இச்சிற்பம் ஜெயங்கொண்டம் மேல வெள்ளாழத் தெருவில் இருக்கும் நாட்டார் குடும்பத்தினரால் பூஜை செய்யப்பட்டு வருகிறது. இச்சிற்பம் சதுரவடிவான பக்கத்திற்கு 125 செ.மீ அளவு கொண்டு செங்கல்லாலான பீடத்தில் வைத்துக் கட்டப்பட்டுள்ளது. பீடத்தின் உயரம் 180 செமீ இடத்தை சுற்றிலும் சதுரவடிவான இரும்பு வேலி வைத்துப் பாதுகாக்கப்படுகிறது.

தென்பகுதியும் – சமணமும்

ஏரல் அருகே குளை வாய்க்காலில் ஆயிரம் ஆண்டுகளுக்கு முற்பட்ட கி.பி. 10ம் நூற்றாண்டை சேர்ந்த கற்சிலை கண்டுபிடிக்கப்பட்டுள்ளது. இந்த சிற்பத்தை தோண்டி எடுத்து ஆராய்ச்சி செய்ததில், அது கி.பி. 10ம் நூற்றாண்டில் பாண்டிய மன்னர்களால் செய்யப்பட்ட சமண தீர்த்தங்கரர். சிற்பம் என்பது கண்டிறியப்பட்டது. தியான முத்திரையில் அரியாசனம், அரிக்கால் அமளி எனப்படும் சிங்கங்கள் தாங்குகின்ற பீடத்தில் தீர்த்தங்கரர் அமர்ந்துள்ளார்.

கற்சிலையில் முகம், தலைக்கு மேல் சித்தரிக்கப்படும் முக்குடைகள் ஆகியவை சிதைந்து விட்டது. மேலும் இயக்கர்கள் சிறிய உருவில் சாமரம் வீசும் பணியாளர்களாக காட்சி அளிக்கின்றனர். தவம் செய்து தீர்த்தங்கரர் நிலையை அடைந்த மனிதர், தேவர்களையும், இயக்கர்களையும் விட உயர்ந்தவர்கள் என்பதை உணர்த்தும் வகையில் தீர்த்தங்கரரை பெரிய உருவமாகவும் இயக்கர்களை சிறிய உருவமாகவும், தவம் செய்பவர்க்கு பணிவுடைமை செய்பவர்களாகவும் சித்தரிப்பது சமண மரபாகும். பாண்டிய நாட்டில் கி.பி. 9, 10ஆம் நூற்றாண்டுகளில் சமண சமயம் சிறப்பாக திகழ்ந்துள்ளது. இதற்கு கொற்கை, பழையகாயல் ஆகிய பகுதிகளில் ஏற்கனவே கண்டிறியப்பட்ட சிற்பங்கள் முன் உதாரணங்களாகும். தற்போது கண்டறியப்பட்டுள்ள சிற்பமும் அந்தக் கால கட்டத்தைச் சேர்ந்தது.

கொற்கை துறைமுக நகரமாக திகழ்ந்த போது சமண சமயம் வலிமையாக இருந்துள்ளது. கோவில்பட்டி கழுகுமலை பகுதியில் கி.பி. 10 ம் நூற்றாண்டில் பட்டன், அந்தரன் என்ற பெயருடைய கொல்லர் சமூகத்தை சார்ந்த ஒருவர் நெற்சுரநாட்டு பெருங்கொல்லர் என்ற பட்டம் உடையவராகவும், கழுகுமலை சமணப்பள்ளியில் ஸ்ரீகாரியம் என்ற நிர்வாக தலைமை பதவி உடையவராகவும் இருந்துள்ளார் என்பதை கல்வெட்டுகளில் அறியலாம். ஏரல் பகுதியில் கொல்லர், தச்சர், விஸ்வபிராமணர்

சமூகத்தவர், சமண சமயத்தை சார்ந்து, சமணத் தீர்த்தங்கரர் சிற்பங்களை வடித்து சமணப்பள்ளிகளை உருவாக்கி வழிபட்டு நிர்வாகம் செய்து வந்துள்ளனர்.

கற்சிலை சிற்பம் கண்டறியப்பட்டுள்ள இடத்திற்கு அருகில் விஸ்வகர்ம சமுதாயத்திற்கு பாத்தியப்பட்ட சுடலைமாடன் கோயில் உள்ளது. கி.பி. 13ம் நூற்றாண்டில் பாண்டிய நாட்டில் ஏற்பட்ட சமூக அரசியல் மாற்றங்களினால் இந்த சமூகத்தினர் பலர் சைவ, வைணவ சமயங்களை ஆதரிக்க தொடங்கினர். கி.பி. 1320 ல் மதுரை சுல்தான்கள் ஆட்சி ஏற்பட்ட பின்னர் இவர்களில் சிலர் இஸ்லாமியர்களாக மாறி உள்ளனர். இந்தக் கால கட்டத்தில் சமண சமயம் வீழ்ச்சி அடைந்ததால், சமண சமய பள்ளிகள் வழிபாடின்றி சிதைந்திருக்கலாம். ஆறுமுகமங்கலம் குளத்தின் மேற்கு பகுதியில் வடக்கு வாய் செல்வி என்ற பழைமையான செங்கற் கோயில் சிதைந்த நிலையில் வழிபாடின்றி காட்சியளிக்கிறது.

ஆறுமுகமங்கலம், கொற்கை குளங்கள் பாசன குளங்களாக இல்லாமல் உப்பங்கழிகளில் உள்ள காயல் குளங்களாக இருந்த போது, இப்பகுதியில் கப்பல் கட்டும் தச்சர்கள், கொல்லர்கள் போன்ற பலதரப்பட்ட கைவினைஞர்கள் பரதவர் சமூகத்தவர்கள், வணிகர்கள் நிறைந்த கொட்டாரக்குறிச்சி என்னும் பழமையான ஊரில் இருந்துள்ளனர். கடல் விலகிச் சென்று கொற்கையின் சிறப்பு முக்கியத்துவம் குறைய தொடங்கியதின் விளைவாக இப்பகுதி தனது புகழை இழந்திருக்கலாம். இதற்கு பின்னர் இக்குளத்தின் கிழக்கு கரையில் ஆறுமுகமங்கலம் ஊர் குடியிருப்புகள் தோன்றி, பின்பு வந்த நாட்களில், நகரத்தில் திகழும் வகையில், நீர்ப்பாசனத் திட்டங்கள் செயல்பட்டிருக்க வேண்டும். 1872ம் ஆண்டு நில் வருவாய் அடங்கல் ஏடுகளில் ஸ்ரீவைகுண்டம் ஆறுமுகமங்கலம் சாலை பிரதான சாலையாக குறிப்பிடப்பட்டுள்ளது.

ஏரல் பகுதியில் விவசாய நிலங்கள் அதிகம் இல்லா விட்டாலும், முதன்மையான தொழில் நகரமாக திகழ்ந்துள்ளது. இதே போன்ற சிற்பங்கள் தற்போது பழைய காயல், குளத்தூர், பேரூரணி, சமத்துவபுரம், குளத்தூர் - சூரங்குடி சாலையில் உள்ள மேல் மாந்தை என்ற ஊர்களில் உள்ளது.

தென்பகுதியும் - அயல் நாட்டுத் தொடர்பும்

1900 ஆண்டுகளுக்கு முன்னர் தாமிரபரணி ஆறு காயல்பட்டினத்தில் தான் கடலில் கலந்தது. தாமிர பரணியாற்றின் ஒரு கிளையான சிற்றாறு கொற்கை அருகில் கடலில் கலந்தது என்று கி.பி. 2ம் நூற்றாண்டில் வாழ்ந்த தாலமி என்ற கிரேக்க நூலாசிரியர் எழுதியுள்ள சில குறிப்புகளை அடிப்படையாக கொண்டு ஆய்வு செய்த அறிஞர்கள் தெரிவித்துள்ளனர். சங்க காலத்திலேயே காயல்பட்டினத்திற்கு ரோம் நாட்டிலிருந்து கப்பல்கள் வந்து சென்றுள்ளது என்பதற்கு ஆதாரமாக காயல்பட்டினத்தில் ரோம் நாட்டு ரௌல் டெட் பானையோடு கண்டிறியப்பட்டுள்ளது. கி.பி.1294-ல் தமிழகத்திற்கு வந்த மார்க்கோபோலா தமது பயண குறிப்புகளை எழுதி வைத்துள்ளார். அதில் காயல்பட்டினம் துறைமுகத்திற்கு அரபு நாட்டிலிருந்து குதிரைகள் தொடர்ந்து இறக்குமதியானது என்று கூறியுள்ளார். மார்க்கோபோலோகாலத்தில் பாண்டிய நாட்டை ஆட்சி செய்த மாறவர்மன் குலசேகரன், குதிரைகளை இறக்குமதி செய்து நல்ல முறையில் பராமரிக்க எகிப்திய நாட்டு வம்சத்தை சேர்ந்த சையத் ஜமால்தீன் என்பவரையும் குதிரைகளையும் அழைத்து காயல்பட்டிஅழைக்கப்படுகிறது. சுல்தான் சையல் ஜமால்தீன் பாண்டிய நாட்டின் வியாபார வளர்ச்சிக்காக மங்கோலிய அரசன் குப்ளேகான் என்பவரை சீன நாட்டில் சந்தித்தார் என்பதற்கு வரலாற்று நூல்களில் ஆதாரம் உள்ளது. குப்ளேகான் ஆட்சி சீனா முதல் ஜாவா முதல் சுமத்ரா வரை பரவியிருந்தது. சுமத்ரா நாட்டின் பாரோஸ் துறைமுகத்தின் மூலம் தமிழ்நாட்டுக்கு சீன பீங்கான் பொருட்களும், சீன பட்டுத் துணிகளும் பாரோஸ் குடம் என்னும் கற்பூரமும் இறக்குமதியானது. பாய் போன்ற வடிவ கோடுகள் அமைத்த பானை ஓடுகள், பாரோஸ் நகரில் நடைபெற்ற தொல்லியியல் அகழ்வாய்வுகளில் கிடைத்துள்ளது. அவற்றின் காலம் கி.பி. 13 - 14ம் நூற்றாண்டு என்றும் அவை ஆத்தூர் அருகே உள்ள பழையகாயல் பகுதியில் கண்டறியப்பட்டுள்ளது என்றும் பிரான்சு நாட்டு தொல்லியியல் அறிஞர்கள் கூறியுள்ளார்.

காயல்பட்டினத்துக்கு அருகில் உள்ள சீனந்தோப்பு என்ற இடம் சீன நாட்டு வணிக தொடர்புக்கு ஆதாரமாக கருதப்படுகிறது.

காயல்பட்டினத்தில் சுல்தான் ஜமால்தீன் வம்சத்தவர்கள் தற்போதும் வாழ்ந்து வருகின்றனர். அவர்கள் காயல்பட்டினத்தின் வரலாறு குறித்து காயிதே மில்லத் இளைஞர் அமைப்பு தொல்பொருள் ஆராய்ச்சி பிரிவு என்ற குழு மூலம் செயல்பட்டு வருகின்றனர். காயல்பட்டினம் கறுப்புடையார் பள்ளி வட்டாரத்தில் ரோம் நாட்டு ரௌல்ட்டெட் பானை ஓடுகள் சேகரிக்கப்பட்டது. காட்டு - மொகுதூம் பள்ளிக்கு கிழக்கே மேற்கொள்ளப்பட்ட ஆய்வில் 2000 ஆண்டுகளுக்கு முற்பட்ட ரௌல் டெட் ஓடுகளோடு பால் ரோஸ் துறைமுகத்தில் கண்டிறியப்பட்டுள்ள களிமண் ஓடுகள் வகையை சேர்ந்த பானை ஓடுகளும் சேகரிக்கப்பட்டது. இவை சுல்தான் ஜமால்தீன் காலத்தில் சுமத்ரா நாட்டிலிருந்து இறக்குமதியான பானை வகைகளின் சிதைகளாகும்.

மேலும் தாய்லாந்து, சீனாவிலிருந்து பீங்கான் குடுவைகள், காயல்பட்டினத்திற்கு இறக்குமதி செய்யப்பட்டதற்கான தடயங்கள் கிடைத்துள்ளது. கி.பி. 1311ம் ஆண்டில் மதுரையில் பாண்டியர் ஆட்சி வீழ்த்தப்பட்ட பின்னர் சுல்தான்கள் ஆட்சி ஏற்பட்டது. அப்போது காயல்பட்டினத்தில் வாழ்ந்த குதிரை செட்டிகள் பலர் இஸ்லாமியராக மாறியுள்ளனர். முத்துக் குளிக்கும் தொழில் புரிந்த கரையார் ஈழவர் குலத்து பணிக்கர்கள் பெருமளவில் மதம் மாறியதாக ஆய்வில் தெரிகிறது. இவர்களே மரக்கல நாயக்கர் அல்லது மரக்கல நாயர் என மலையாள வழக்கில் அழைக்கப்பட்டுக் காலப்போக்கில் மரக்காயர் எனப்பட்டனர்.

காயல்பட்டினத்திலுள்ள சிறிய குப்தா பள்ளி, கொடிமரம் சிறுநயினாப்பள்ளிகளில் காணப்படும் கல்வெட்டுக்கள் கி.பி. 1420ம் ஆண்டை சேர்ந்தவை. இவற்றில் கொல்லம் ஆண்டு உறிஜ்ரி ஆண்டு குறிக்கப்பட்டுள்ளது. சுல்தான் ஜமால்தீன் வம்சத்தை சேர்ந்தவர்கள் மதம் மாறிய தமிழ் முஸ்லிம்களுடன் மண உறவு கொண்டு கால் போக்கில் தமிழராக மாறி விட்டனர். இவர்களின் மீஸான் கல்வெட்டுகள் கொற்கை குடை சின்னத்துடன் பொறிக்கப்பட்டுள்ளது. மதுரை சுல்தான்கள் ஆட்சி கி.பி. 1374க்கு பின்னர் வீழ்ந்த போது இவர்கள் பாண்டிய மன்னர்களின் கடற்படை வீரர்களாகவும்,

கடல் வணிக தொடர்புகளில் முன்னிலை வகித்தவர்களாகவும் மாறி விட்டனர்.

தகவல்: திரு இராமச்சந்திரன் தொல்பொருள் காப்பாட்சியர் கொற்கை

மகாவீரர் சிற்பம்

மகாவீரர் சிற்பம், ஜெயங்கொண்டம் நகரின் மேல் வெள்ளாழத் தெருவில் காணப்படுகிறது. செவ்வக வடிவான பீடத்தின் மீது மகாவீரர் இரு கரங்களையும் தொடையிலே அமர்த்தித் தியான நிலையில் அமர்ந்துள்ள நிலையில் காணப்படுகிறார். வழிந்த தலை, தலைக்கு மேற்புரத்தில் வலது, வலது இடது புறங்களில் கீழே வளைத்து, சுருண்டு காணப்படும் தோரணம் இச் சிற்பத்திற்கு அழகூட்டுகிறது. கழுத்தில் மூன்று மடிப்புகள் காணப்படுகின்றன. நீண்ட காதுகளும், மூடிய கண்களும், புன்முறுவல் பூத்த முகமும் எடுப்பான நாசியும் இச் சிற்பத்திற்கு வனப்பூட்டுகின்றன. தலைக்கு மேற் பகுதியில் முக்குடை காணப்படுகிறது. ஆடை காணப்படவில்லை. இச் சிற்பத்தின் உயரம் பீடத்திலிருந்து 73 செ.மீ., அகலம் 46 செமீ இச்சிற்பம் கி.பி. 10ம் நூற்றாண்டைச் சேர்ந்த சோழர் கலைப் படைப்பாகும். 86 செ.மீ உயரம் உள்ள சதுர வடிவில் செங்கற்களால் அமைக்கப்பட்ட பீடத்தில் இச்சிற்பம் வைக்கப்பட்டுள்ளது.

ஜெயங்கொண்டம் பகுதியில் சோழர் காலத்தில் புத்த, ஜைனக் கோயில்கள் இருந்தன என்பதற்கு இவை ஆதாரமாகத் திகழ்கின்றன.

வேலன் – முருகன் – ஸ்கந்தன் – குமரன் இணைப்பு – வழிபாடு

இனக்குழு மக்களிடையே பல்வேறு வகையான சமய நம்பிக்கைகள் இருப்பது உலகம் தழுவிய உண்மை. தமிழகமும் அதற்கு விதிவிலக்கல்ல. சங்க இலக்கியங்களின் வழி நாமறியும் பல வகையான வழிபாடுகளில் அதிக அளவில் இடம் பெற்ற ஒன்று, வேலன் வழிபாடாகும்.

வேலன்

தம் மகள் நோயுற்று மெலிந்த பசந்த நிலையில், தாயர், செம்முது பெண்டிர், மற்றும் பூசாரியாகிய வேலன் ஆகிய இருவர் மீதும் இறைவன் வந்து உண்மையினை உரைப்பதாக நம்பி, நோயின் காரணம் அறியும் பொருட்டு, கட்டின் (கட்டுவிச்சி குறி கூறுதல்) வழியும், கழங்கின் (கழங்கெலும் காயை வைத்துக் குறி சொல்லுதல்) வழியும் வேண்டுவர். அவர்கள் அப்பெண்ணுக்கு முருகு பற்றியிருப்பதே நோய்க்குக் காரணம் என்று கூறவே, முருகனாகிய வேலனுக்கு வெறியாட்டு அயர்தல் பரவலாகக் காணப்படும் நம்பிக்கையும், வழிபாடும் இணைந்த ஒரு நிகழ்ச்சியாகும். இந்த நிகழ்ச்சி 'வெறியயர்தல்' என்றும் 'முருகயர்தல்' என்றும் வழங்கப்பட்டன.

முருகன்

இதே முருகன் என்ற சொல் சீற்றத்தாற் சிறந்த ஒருவனையும் குறித்ததை இதே இலக்கியங்கள் காட்டுகின்றன. முருகொத்தீயே மாற்றருஞ் சீற்றம் ' முருகற் சீற்றத்து உருகெழு குரிசல்' 'முருகுறழ் முன்பு' போன்ற அடிகள், முருகனைப் போன்ற சினத்தினையுடைய அரசன் என்ற பொருளில் வழங்கி வந்துள்ளன. எனவே முருகன் சீற்றம் மிக்க கடவுளாக வணங்கப்பட்டான் என்பது வெளிப்படை வெற்றி பெற்ற வீரர்களுக்கு விழவு எடுக்கும் மரபினைப் படைக்கள வேள்வி

யென இலக்கணம் கூறும். அத்தகைய விழவும் 'முருகயர்தல்' என்ற சொல்லால் வழங்கப்பட்டதைப் பின்வரும்

'நெறியறிந்த கடிவாலுவன்
அடியொதுங்கிப் பிற்பெயராப்
படையோர்க்கு முருகயர்'

என்ற மதுரைக் காஞ்சி அடிகள் காட்டும்.

எனவே அணங்குற்ற பெண்ணுக்காக வழிபடும் இடத்து, வெறியாட்டின் தலைவனாகி அச்சம் என்னும் நோயைப் போக்கும் வேலனாகவும், வெற்றி பெற்ற வீரர்கள் வழிபடும் இடத்து வெற்றி தெய்வமான முருகனாகவும் வழிபட்டான். எனவே தமிழ் மக்களின் வாழ்வில் அகத்திலும், புறத்திலும் (காதல், வெற்றி) சிறப்பிடம் பெற்ற தனிப்பெரும் கடவுள் முருகன் என்பது தெளிவு, இவ்விரு நிலையிலும் முருகன் வேலன் வழிபாடு, இயற்கையான வாழ்க்கைப் பொருள்களைப் படைத்து வழிபடும் வழிபாடாகவே விளங்குகிறது. இறைவனும் சாதாரண மனித இயல்புகளால் மட்டுமே பேசப்படத்தக்கது.

ஸ்கந்தன்

சமஸ்கிருத இலக்கியங்களுள் மகாபாரதத்தில் பல இடங்களிலும் இராமாயணத்தில் இரண்டு இடங்களிலும், காளிதாசரின் குமார சம்பவத்திலும், சிறப்பாக ஸ்கந்தனின் பிறப்பு பற்றிய கதைகள் கூறப்பட்டுள்ளது. ஒன்றிற்கொன்று பல மாறுபாடுகளைக் கொண்டு விளங்குகின்றது. மொத்தத்தில் ஸ்கந்தன் அக்னியின் மகனாகவும் சிவனின் மகனாகவும் குறிக்கப்படுகிறான். எல்லாக் கதைகளிலும் வீரமிக்க மகன் ஒருவனின் தேவைக்காகவே குமரனாகிய ஸ்கந்தனின் பிறப்பு நிகழ்கிறது. எந்தக் கதையிலும் பெற்ற தாயைப் பற்றிய குறிப்பு இல்லை. கங்கை, உமை, கார்த்திகைப் பெண்கள் ஆகிய பலர் ஸ்கந்தனை வளர்க்கும் பொறுப்பை ஏற்றுள்ளனர். வளர்ந்த ஸ்கந்தன் தேவர் சேனைகளுக்கு தலைவனாகி, அரக்கர்களையும் கொல்லுகின்றான். இந்திரன் மகளாகிய தேவசேனையை மணக்கிறான். இவனுக்குத் தேவர்கள் பலரும் பல பரிசுகளை அளிக்கின்றனர்.

இணைப்பு

தொடக்கத்தில் அகவாழ்வின் இடரினைத் தீர்ப்பவனாகி தொடர்ந்து சீற்றத்தில் கடவுளாகி வேந்தர்களுக்கு ஒப்பான வெற்றி வீரனாகத் தமிழகத்தில் விளங்கிய நிலையில், வடநூற்கள் குறிக்கும் ஸ்கந்தனோடு, ஒத்த பண்புடையனாகத் தோற்றமளித்தான் போன்று உருவகித்து பிராமணீயத்தின் செல்வாக்கை தமிழகத்தில் மேம்படுத்த இரண்டும் ஒன்று என்ற மாயை ஏற்படுத்தி பின்பு நிலை நிறுத்தப்பட்டது.

தமிழ் பண்பாட்டின் வளர்ச்சி நிலை

கலித்தொகை பரிபாடல் தவிர்த்த பல எட்டுத்தொகை நூல்களில் தமிழர் வணங்கிய முருகன் தென்படுகிறான். ஆனால் பத்துப் பாட்டுள் ஒன்றான முருகாற்றுப் படையில் இணைப்பின் தொடக்கம் தெரிகிறது. முருகனுக்குக் களம் அமைத்துச் செம்மலர்களால் ஆன கண்ணியைப் புனைந்து செவ்வாடை அணிந்து காப்பு நூல் கட்டி, தினையினை மலரோடு சிதறி, மாறி அறுத்து வழிபடும் பண்டைய வழிபாட்டு முறை, மிக விரிவாகவும் விளக்கமாகவும் கூறப்படுகிறது, இவ்வழிபாட்டு முறையினைப் பழமுதிர்சோலையில் கூறிய நக்கீரர் திருவாவினன்குடி, திருவேரகம், திருப்பரங்குன்றம் ஆகிய இடங்களில் அந்தணர் வழிபடும் முறையினைக் கூறுகிறார். இங்கு முருகனுக்கு, வடநூற்களில் உள்ள பிறப்பு மற்றும் தேவர் சேனையின் வெற்றிக் கதைகள் கூறப்படுகின்றன. என்றாலும், இத்தகைய இரு வேறு பட்ட வழிபாட்டிடங்களிலும் முருகன் சிறிது காலம் தங்கியிருப்பான் என்று கூறுகிறார் நக்கீரர். இவ்வாறு கூறியதன் மூலம் இருவழிபாட்டு முறைகளிலும் வணங்கப் பெறும் முருகனும் ஸ்கந்தனும் ஒருவரே என்ற கருத்திணைப்பினைக் கூறும் முயற்சி மிக அழகாக வெளிப்படுத்தப்பட்டுள்ளது.

உறழ்வு

திருமுருகாற்றுப் படையில் சம நிலையில் வைத்து வணங்கப்பட்ட முருகனும், ஸ்கந்தனும் பரிபாடற் காலத்தில் உயர்வு தாழ்வுக்குரியவர் ஆயினர். வேலன் வெறியாட்டின்

மூலம் மிகவுயர்ந்த பண்டை வழிபாட்டினைப் பேய் விழவு என தாழ்வுறக் கூறும் நிலையின் பரிபாடல் மிகத் தெளிவாக

காஅய் கடவுள் சேஎய் செவ்வேள்
சால்வ தவைவனெனப் பேஎவிழவினுள்
வேலனேத்தும் வெறியும் உளவே

(பரி 5: 1313)

என்றுரைக்கிறது. பரிபாடல், முழுவதுமாகவே முருகனுக்கு வடமொழியில் உள்ள பிறப்பு, வளர்ப்பு மற்றும் தேவசேனைத்தலைமை ஆகிய பண்புகளைப் பாராட்டிக் கூறும் இலக்கியமாக விளங்குகிறது.

இத்தகைய இணைவு ஏற்பட்ட போது, அதனைத் தமிழ் கூறு நல்லுலகம் இறுதியில் ஏற்றுக் கொண்டது என்பது உண்மையே. இது போன்ற இணைப்புக் கடவுளர் உண்டாக்கப்படுவதும், உலகம் தழுவிய பொது நியதிதான். என்றாலும் தமிழ்ச் சமுதாயம் இவ்விணைப்பினை எவ்வாறு எந்த வகையில் ஏற்றுக் கொண்டது என்பதை அறிய ஏதுவாக அமைகிறது "பரி பாடல்" என்ற நூல்.

தமிழகத்தில் சமணம் மிகச் சிறப்பாக பெருமகன்கள் (குரு மரபுச் சமுதாயத் தலைவர்கள்) மற்றும் வணிகர்களின் ஆதரவோடு உணவு, உறைவிடம், கல்வி ஆகியவற்றை மக்களுக்கு வழங்கி நெறிப்படுத்தப்பட்ட சமயமாக வளர்ந்த நிலையில், அதனைப் போன்றே வைதிக சமுதாயத்தினையும் வளர்க்கச் செய்யும் முயற்சிகளில் அடியார்கள் இறங்கினர். சமண, பௌத்த மதத்தவரும் போட்டியுடன் முனைந்து நின்றனர். மணிமேகலை, நீலகேசி ஆகிய நூல்கள், பௌத்தர்கள் பல்வேறு மதக் கொள்கையினருடன் எதிர்த்து வாதிட்ட தன்மையினைத் தெளிவுறக் காட்டுகின்றன. விரித்துரைத்தல், மறுத்துரைத்தலுக்குப் பின்னர், அவ்வச் சமயத்தினர் தத்தம் கொள்கைகளை நிலை நிறுத்தி கொண்டனர்,

வைதிக சமயம் தன்னை வளர்த்துக் கொள்ளும் வகையிலும், மேலாண்மைத் தன்மையிலும் இந்தியா முழுவதிலும் பல்வேறு பகுதிகளிலும் தொடக்க கால இனக்குழு மக்களிடையே நிலவி

வந்த பண்பாட்டுக் கூறுகளையும், வழிபாட்டு முறைகளையும், சமய நம்பிக்கைகளையும் தன்னுள் ஈர்த்துக் கொண்டது. அவ்வப் பகுதிகளில் வணங்கப்பட்டு வந்த தெய்வங்களில் பண்புகள், வைதிக பௌராணிக நூற்களில் இடம் பெற்ற தெய்வங்களின் கூறுகளோடு ஓரளவு ஒத்திருக்குமானால், அவை இணைத்து ஒன்றாக்கப்பட்டன. இவ்வகையில் தான் வேலனாகிய முருகனும் புராண, இதிகாச ஸ்கந்தனாகிய குமரனும் இணைக்கப்பட்டனர்.

வைதிகத்துடன் இத்தகைய பிற பண்பாட்டுக் கூறுகள் இணைக்கப்பட்ட போது அப்போதிருந்த அரச செல்வாக்கால் பிராமணீயம் மேலாண்மை கொண்டது. இருப்பினும் எக்காலத்திலும் பழமைப் பற்றாளர்களும், தூய மரபு காக்கவிழைவோரும் இல்லாமல் இல்லை. கலப்புகளால் வளர்ச்சி ஏற்படும் என்பது உண்மையாயினும், பழமை மரபுதன் தனித்தன்மையினை இழந்து விடும் என்ற காரணத்தால் இத்தகைய இணைப்புகளைக் கண்டித்து ஒரு சிலரேனும் தம் கருத்துக்களை கூறியிருத்தல் வேண்டும். இத்தகைய எதிர்ப்புகளையும் ஈர்ப்புகளையும் அடிப்படையாகக் கொண்டு, பல பொது மன்றங்கள் விளங்கியது என்பதை நாம் உணரும் வகையில் சங்க இலக்கியங்களில் உள்ளன.

பல்வேறு வகையான வேறுபட்ட கொள்கையினை உடையோர் தம் மாறுபாட்டினைக் கூறும் பொது மன்றங்களில் கொடிகள் ஏற்றப் பெற்றிருந்தன.

பல் கேள்வித்துறை போகிய
தொல்லாணை நல்லாசிரியர்
உறழ்குறித்தெழுந்த உருகெழுகொடியும்

(அடி-169.71)

என்ற பட்டினப்பாலை அடிகள் காவிரிப்பூம்பட்டினத்தில் இருந்த அத்தகைய மன்றங்களைக் காட்டும். இது போலத் தண்பரங்குன்றினைப் பாடும் குன்றம் பூதனார்.

குன்றின் மிசை
ஆடல் நவின்றோர் அவர்போல் செறுப்பவும்

பாடல் பயின்றோரைப் பாணர் செறுப்பவும்

வல்லாரை வல்லார் செறுப்பவும்

அல்லாரை அல்லார் செறுப்பவும் ஓர் சொல்லாய்

படாகை நின்றன்று

என்று உறழ் குறித்து எழுந்த கொடிகளை விளக்குவதன் மூலம் உறழ்வுகள் (போட்டிகள்) நடந்தன என்பது தெளிவாகிறது.

தமிழக முருகன் அகக் கடவுள், இவ்வியல்பினை வடநூல்கள் கூறும் கதைகள் எதிலும் நாம் காண இயலவில்லை. தமிழகத்தில் குறவர் தம் மட மகளான வள்ளியை முருகனின் மனைவியாக்கி குறிஞ்சி நில மக்கள் வழிபாடு நிகழ்த்தி வந்துள்ளனர். ஆனால் வடக்கிலிருந்து வந்த ஸ்கந்தன் இந்திரன் மகளாகிய தேவ சேனையை மணந்திருந்தான். இதனை எவ்வாறு ஏற்று கொள்வது? பிற்காலத்தில் இருவரையும் முருகனின் துணைவியராக்கித் தமிழகம் ஏற்றுக் கொண்டாலும், இவ்விருவரும் இணைக்கப்பட்ட காலத்தில் தமிழ் மக்களின் மனநிலையினைப் படம் பிடித்துக் காட்டுகிறது. ஒரு பரிபாடல் (எண் 9)

வள்ளியின் திருமணம் தமிழர்தம் தனிப்பண்பான களவு புணர்ச்சியின் பாற்பட்டது. ஆனால் தேவசேனையின் திருமணமோ, பெரியவரால் முடிவு செய்யப் பெற்று நடந்த கற்புப் புணர்ச்சி. இவ்விரண்டில் களவு புணர்ச்சியே சிறந்தது என்று கூறு முகமாகத் தமிழர் தம் தனிப்பண்பாட்டைப் போற்றுகிறார் புலவர், போற்றுவதோடு நின்று விடாமல் இதன் சிறப்பினை நான்மறை அறிந்து அதன் பொருள் விரித்து பெருமை சேர்க்கும் புலவர்கள்

அறிய மாட்டார்கள் என்றும் கூறுகிறார், புலவரின் சொற்கள் இதோ

நான்மறை விரிந்து நல்லிசை விளக்கும்

வாய்மொழி புலவர் கேண்மின்! சிறந்தது

காதல் காமம் காமத்திற் சிறந்தது

விருப்போ ரொத்து மெய்யுறு புணர்ச்சி, புலத்திற் சிறந்தது கற்பே...............

தள்ளாப் பொருளியல்பிற் தண்டமிழ் ஆய்வந்திலார்

கொள்ளாரிக் குன்று பயன்

தமிழருக்கே உரிய பொருள் இலக்கணமாகிய வாழ்வியற் பண்பாட்டை அறியாதோருக்குக்களவு புணர்ச்சியாகிய காதல் காமத்தின் குன்றன்ன சிறப்பு அறிந்து கொள்ளவும், புரிந்து கொள்ளவும் இயலாது என்பது புலவரின் முடிவு.

இதன் அடுத்த கட்டமாக வள்ளிக்கும் தேவ சேனைக்கும் இடையே பூசல் ஏற்பட, இருவரின் தோழியரும், அவ்வவர் தம் மயில், கிளி, வண்டு ஆகிய அனைத்தும் பூசலிட்டு கொள்கின்றனவாம். வள்ளியோ, தெய்வானையின் பாற்சென்ற முருகனை, கட்டிவைத்து, தன் மாலையையே கோலாக கொண்டு ‘அங்கு செல்லாதே’ என்றடிப்பதாகவும், இறுதியில் வள்ளியும், அவள் தமரும் வெற்றி பெறுவதாகவும் கூறுகிறார் புலவர்,

குறிஞ்சிக் குன்றவர் மறங்கெழு வள்ளிதமர்

வித்தகந்தும்பை விளைத்தான் வெள்வேலோற்கு

ஒத்தன்று தண்பரங்குன்று

வள்ளி வெற்றி பெறுவதாக கூறியதன் மூலம் தமிழர்தம் பண்டை நெறி தமிழர் பண்பாடு வெற்றி பெற்றதாகத் தன்னுள் அமைதி பெறுகிறார் புலவர். இறுதியில் குமரன் கற்பு இணை நெறியில் (களவு, கற்பு) இரு தேவியருடன் விளங்குகிறான் என்று அவரும் வணங்குகிறார்.

கி.பி. 7, 8 ஆம் நூற்றாண்டளவில் இக்கருத்துக்களுக்குச் சிற்ப வடிவங்கள் கொடுக்கப்பட்டன எனலாம். முருகனுடைய சிற்பங்கள் சிவகங்கை வட்டம் திருமலை, குன்றக்குடி ஆனைமலை, திருப்பரங்குன்றம், கழுகுமலை, வீரசிகாமணி, மலையடிப்பட்டி ஆகிய ஊர்களில் உள்ள பாண்டியர் குடைவரைகளில் இடம் பெற்றுள்ளன. இவற்றுள் ஆணைமலை, திருப்பரங்குன்றம் தவிர்த்த பிற இடங்களில் எல்லாம், இரு கரங்களுடன் தலையில் கண்ணி அணிந்த, வீரக் கச்சையுடன் கூடிய பெரிய வீரனின் தோற்றத்திலேயே வேள் முருகன் வடிக்கப் பெற்றுள்ளான் என்பது ஆழ்ந்த கவனத்திற்குரியது. இதிலெல்லாம் முருகன் தேவியருடன் காட்டப் பெறவில்லை.

மறி (செம்மறி ஆடு) சேவல், மயில் ஆகியன இச்சிற்பங்களில் சிறப்பிடம் பெறுகின்றன. இவை சங்க இலக்கியங்களில் இடம் பெறும் தோற்றத்தோடு பெரிதும் தொடர்புடையன. ஆனைமலை, திருப்பரங்குன்றம், ஆகிய இரண்டிடங்களிலும் இணைந்து விட்டஸ்கந்த - முருகன் வடிக்கப்பட்டான் எனக் கொள்ளலாம். இவை இரண்டும் அரசின் நேரடி ஆணையில் உருவாக்கப்பட்டவை. எனவே இக்கருத்திணைவு கோட்பாடு அரசனின் ஆதரவையும் பெற்று வளர்ந்தது எனக் கருதலாம்.

எனவே தொடக்க காலத்தில் வேலனாக வழிபடப்பட்டு, பெருமகன்கள் (குலமரபு தலைவர்கள்) காலத்தே முருகனாகி, அரசு தோன்றுவதற்கு முன்னுள்ள சுமார் 5 - 6 ஆம் நூற்றாண்டளவில் பாண்டியரால் பெரிதும் போற்றப் பெற்றுப் பின்னர் அவர் தம் சில குடைவரைகளில் ஸ்கந்தனாகி சிறப்பிடம் பெற்ற இறைவனாக ஏற்றம் பெற்றான் என அறிகிறோம்.

இவ்விணைப்பின் போது தமிழரிடையே இந்த சில கருத்து மாறுபாடுகளையும் வென்று ஸ்கந்த முருகன் தமிழகத்திலிடம் பெற்று இன்று வரை பெருந் தெய்வமாக வணங்கப் பெறுகிறான். இவ்வளர்ச்சி அரசின் பிராமணியத்தின் மேலாண்மையினை அடிப்படையாய் கொண்டது.

வேட்டையாடலை அடிப்படையாகக் கொண்டு உணவு சேகரிக்கும் நிலையில் இருந்த மக்களின் தெய்வமாக இந்த முருகன் விளங்குகிறான். பல்லவர் அரசர்கள் அனைவரும் வட மொழி ஆதரவுடையோராய் இருந்தனர். அவர் தம் குடைவரைகளில் பாண்டியர் பகுதிகளில் இருக்குமளவு முருகன் சிற்பங்கள் இடம் பெறவில்லை என்பது நோக்கத்தக்கது. திருச்சி மேல் குடவரையில் மட்டும் முருகன் சிற்பம் உள்ளது. எனினும் அது வட இந்திய வகையில் அமைந்த அறுவகைச் சமயக் கொள்கையினை அடிப்படையாகக் கொண்ட ஸ்கந்தனை குறிப்பது. இக்குடைவரைகளிலும் கல்வெட்டுகள் உள்ளன. தகவல் 1992ம் ஆண்டு ஆகஸ்டு மாதம் வெளியிடப்பட்ட கல்வெட்டு பத்திரிக்கை.

அனுராதாபுரம் – (இலங்கை) கி.மு. 3ம் நூற்றாண்டை சேர்ந்தது. இந்த ஸ்தூபி புத்தரின் எலும்பு, சாப்பிடும் தட்டு – ஐ உள்ளடக்கியது

நினைவில் நின்ற பவுத்த அரசர்கள்

அசோகர்: கி.மு. *273-236*

“அசோகர் உலகின்கண் ஆண்டு மறைந்த மாமன்னர்களுள் கி.மு. ஞாயிறு போன்றவர்” என்றார் பேரறிஞர் எச். ஜி. வெல்ஸ்,

இந்திய வரலாற்றில் பரந்து பட்ட சாம்ராஜியத்தினை சுமார் *38* ஆண்டுகள் சீரோடும் சிறப்போடும் பௌத்த தர்மத்தின்படி ஆட்சிபுரிந்து, உலக வரலாற்றில் என்றும் நினைவில் நிலைத்து நிற்கும்படியான இடத்தை பெற்றவர் அசோகர் என்றால் அது மிகையாகாது. உயிர்ப்பலிகளையும் வேள்விகளையும் தடை செய்து, விழாக்கள் என்ற பெயரில் பெரும் கூட்டம் கூடுவதையும் தடைவிதித்து, அனைவரும் சமமானவர்களே என்ற கோட்பாட்டைக் கடைபிடித்து, அனைத்து தரப்பு மக்களுடைய நலன்களையும் பாதுகாத்தார். இவருடைய ஆட்சியில் பவுத்தம் அனைத்து நாடுகளுக்கும் பரவியது. தனது மகன் மகேந்திரனையும், மகள் சங்கமித்திரையையும் இந்தியாவின் தென்பகுதிக்கும், இலங்கைக்கும், பவுத்த நெறியைப் போதிக்க அனுப்பினார். அசோகர் பவுத்த சங்கத்திற்கு புரவலராக இருந்தார். ‘குக் குடா ராமா’ என்ற பவுத்த மடத்தைப் பேணினார். மூன்றாவது பௌத்த மாநாடு அசோகர் முன்னிலையில் மொகாலிபுத்த திஸ்ஸ என்ற பவுத்த பிட்சு தலைமையில் நடைபெற்றது.

பிரகத்ரதா: கி.மு. *195*

கி.மு. இரண்டாம் நூற்றாண்டில் வாழ்ந்த பவுத்த அரசர். இவரே மவுரிய ஆட்சியின் கடைசி அரசரும் ஆவார். இவரும் அசோகரைப் போன்றே பௌத்த தர்மப்படி ஆட்சி நடத்தினார். இதனால் காழ்ப்புணர்ச்சி அடைந்த இவருடைய பிராமண சேனாதிபதி புஷ்யமித்ர சுங்கன் கி.மு. *187*ல், அரசனாகிய பிரகத்ரதா, தனது படையை பார்வையிடும் போது, பட்டப்பகலில் அனைவரின் முன் கத்தியால் குத்திக்

கொலை செய்து, தானே அரசன் ஆனான். புஷ்யமித்ர சுங்கன் தனது ஆட்சியில், அசோகர் உருவாக்கிய பவுத்த நெறிகளை அழித்து, பௌத்த மடலாயங்ளையும், ஸ்தூபிகளையும் இடித்து தரைமட்டமாக்கினான். பௌத்த இலக்கியங்கள் அழிக்கப்பட்டன. அசோகர் பேணிய குக்குடாராமா என்ற பவுத்த மடத்தை இடிப்பதற்கு புஷ்யமித்ர சுங்கனே சென்றிருந்தான். அப்போது அங்கு சிங்கம் உறுமியது போன்ற சத்தத்தை கேட்டு பயந்து ஓடினான். பிறகு தனது படைகளை ஏவி அம் மடத்தை தீக்கிரையாக்கினான். மேலும் புஷ்யமித்ர சுங்கன், சாகலா என்ற இடத்தில் தங்கி அங்குள்ள ரமண என்ற புத்த துறவியின் தலையை கொய்து கொண்டு வருவோருக்கு நூறு பொற்காசுகள் பரிசளிப்பதாக அறிவித்தான். பிற பவுத்த துறவிகளையும் கொலை செய்ய ஆணை பிறப்பித்தான். இதனால் பவுத்தர்கள் தற்போதுள்ள ஆப்கானிஸ்தானுக்கும், பாகிஸ்தானுக்கும் மற்ற பிற நாடுகளுக்கும் கூட்டம் கூட்டமாக வெளியேறினார்கள். இக்கால கட்டத்தில் மகாபாரதம், இராமாயணம், மனுஸ்மிருதி, புராணங்கள் எல்லாம் புஷ்யமித்ர சுங்கனின் புரோகிதர் பதஞ்சலி தலைமையில் தொகுக்கப்பட்டு, மக்கள் மனதில் பதிய வைக்க கூத்துக்களாகவும், நாடகங்களாகவும், அரங்கேற்றப்பட்டன.

மினான்டர்: கி.மு. 150

சிறந்த கிரேக்க அரசர். இவர் பவுத்த நெறிப்படி ஆட்சி நடத்தினார். இவர் தர்க்க இயலில் சிறந்த அறிஞராவார். இவரது தலைநகர் சியால் கோட்டில் (தற்போது பாகிஸ்தான்) இருந்தது. இவர் புஷ்ய மித்ர சுங்கனின் சமகாலத்தவர். புஷ்யமித்ர சுங்கனால், பவுத்தர்கள் நரவேட்டையாடப்பட்ட போது, தப்பி ஓடி வந்த பவுத்த பிட்சுகளுக்கு அடைக்கலம் கொடுத்தார். இவரது காலத்தில் தற்போது ஆப்கானிஸ்தானில் உள்ள கந்தகார், பாமியான் ஆகிய இடங்களில் பௌத்த மடலாயங்கள் அமைக்கப்பெற்று கலைகள், இலக்கியங்கள், கட்டிட கலைகள், மருத்துவம் மக்கள் நலன்கள் ஆகிய பல்வேறு துறைகள் வளர்ச்சி அடைந்தன. இவர் இறந்த பிறகு இவரது எலும்புகளின் மீது தாது கோபுரங்கள் (விகார்) அமைக்கப்பட்டன. இவருக்கும் பவுத்த துறவி நாகசேனருக்கும் நடைபெற்ற தர்க்கம் ''மினான்டர் கேள்விகள்'

' (மினான்டாபன்கா) என்ற தலைப்பில் இன்றும் உள்ளது. இவரது ஆட்சி மதுரா, உஜ்ஜயினி வரை பரவியிருந்தது.

சாதவாகணர்கள்: கி.மு 235 - கி.பி. 225

சாதவாகனர் மற்றும் சதகர்ணர்கள் (100 கர்ணப்பரம்பரை) ஆந்திராவை தலைநகராக கொண்டு சதகர்ணர்கள் சுமார் 460 ஆண்டுகள் ஆண்டனர். இவர்கள் பவுத்த அரசர்கள். இவர்கள் காலங்களில் அமராவதி, கோலி, பொட்டி பொரலு, நாசிக் குடா என்னும் பல இடங்களில் பவுத்த விகார்கள் அமைக்கப்பட்டன. இவர்கள் கொடையில் சிறந்தவர்கள் தற்போதைய சிவசைலமும், திருப்பதியும் பௌத்த தலங்கள் என்பது குறிப்பிடத்தக்கது.

கனிஷ்கர்: கி.பி. 50

காஷ்மீரை தலைநகராகக் கொண்டு ஆண்ட பவுத்த அரசர் இயேசு கிறிஸ்து காலத்தை ஒட்டியவர். இவரது ஆட்சி ஆப்கானிஸ்தான் வரை விரிந்திருந்தது.

இவரது ஆட்சி காலத்தில், பவுத்த பிட்சு வசுமித்திரர் தலைமையில் கவி " அஷ்வகோஷ் முன்னிலையில் நான்காவது பவுத்த மாநாடு நடைபெற்றது. இந்த மாநாட்டில் தான் பவுத்தம் ஹீனயானம், மகாயானம் என பிரிந்தது. இவரது காலத்தில் தான் புத்தரின் முதல் சிலை வடிக்கப்பட்டது.

களப்பிரர்கள்: கி.பி. 225 - கி.பி. 575

ஆந்திராவில் சாதவாகனர்களின் ஆட்சி முடிவிற்கு வந்த போது புலிக்குன்றம் (தற்போதைய திருப்பதி) பகுதியில் ஆளுமை பெற்றிருந்த களப்பிரர்கள், அரசியல் நெருக்கடி காரணமாக தென்பகுதிக்கு நகர்ந்தனர். அவர்கள் தென்பகுதியிலுள்ள சேர சோழ பாண்டியரை வென்று காஞ்சிபுரத்தை தலைமையிடமாக கொண்டு ஆட்சி புரிந்தனர். இவர்கள் சிறந்த பவுத்த அரசர்கள், இவர்களில் சில அரசர்கள் பிற்காலங்களில் சமணத்தை தழுவினர். பவுத்த அரசர்களில் சிறப்பான இடத்தை பெற்றவர் அச்சுத விக்கந்த களப்பிரர், களப்பிரர்

காலத்தில் பவுத்த இலக்கியமும் ஐம்பெரும் இலக்கியங்களில் ஒன்றான குண்டலகேசி (4ம் நூற்றாண்டு) நாகக் குட்டனரால் எழுதப்பட்டது. புத்த தத்தா (5ம் நூற்றாண்டு) போதிதர்மா, தம்மா பாலர் (6ம் நூற்றாண்டு) ஆகியோர் விநய பிடக சூத்திரங்கள் எழுதினார்கள். 11ம் நூற்றாண்டில் எழுதப்பட்ட யாப்பெருங்கலம் என்ற இலக்கியத்தில், அச்சுதவிக்கந்த களப்பிர அரசர் மிகவும் போற்றப்பட்டுள்ளார். அரசியல் காரணங்களால் களப்பிரர்களின் ஆட்சிகாலங்கள் இருண்ட காலம் என குறிப்பிடப்பட்டுள்ளது.

குக சிவன்: கி.பி. 4ம் நூற்றாண்டு

கலிங்கத்தை ஆண்ட பௌத்த அரசனாகிய இவர், பௌத்த நெறிப்படி சீரும் சிறப்புமாக நடத்தினார். புத்தரின் பரிநிர்வானத்திற்கு பிறகு பிரம்மபுத்திரன் என்னும் கலிங்க மன்னன் புத்தரின் புனிதப் பல்லை கொண்டு வந்து அதன் மீது தாது கோபுரம் (விகார்) அமைத்தார். இவருக்கு பின் வந்த குக்சிவன், இந்த விகாரைப் போற்றிப் பாதுகாத்தார். இந்த அரசனின் சீரும் சிறப்பான ஆட்சிக்கு புத்தரின் புனித பல் தான் காரணம் கருதி, இவரது நாட்டை சுற்றிலும் உள்ள பகைவர்கள் காழ்ப்புணர்ச்சி கொண்டு சுவேதனன் என்னும் அரசன் தலைமையில் போரிட்டார்கள். முடிவில் பல்லாயிரக்கணக்கானவர்களும், குக்சிவனும் உயிர் துறந்தார்கள். குக்சிவன் விருப்பப்படி அவரது மகளும் மருமகனும், உஜ்ஜயினி நாட்டின் இளவரசனுமான

கனிஷ்கர்

காஷ்மீரை தலைநகராக கொண்டு ஆண்ட பௌத்த அரசர், தந்த புத்திரனும், புனித பல்லை இலங்கை நாட்டிற்கு கொண்டு சென்றுவிட்டனர்.

இலங்கையில் அந்த புனித பல்லை வரவேற்ற அந்நாட்டு மன்னனாகிய ஸ்ரீமேக வர்ணன், அதனை வைத்து ஒரு தாது கோபுரம் அமைத்தார்.

ஹர்ஷ வர்த்தனர்: கி.பி. 606-647

ஹர்ஷவர்தனர் கன்னோசியை தலைநகராக கொண்டு ஆண்டபவுத்த அரசர். கி.பி. 606 - 647 இவரது சகோதரி ராஜ்யஸ்ரீயும் பவுத்தத்தை சார்ந்த

இருந்தார். இவரது காலத்தில் சீன அறிஞரும் பவுத்த துறவியுமான யுவான் சுவாங் தலைமையில் மாநாடு நடந்தது. இம்மாநாட்டை சீர்குலைக்கவும், சீன

அறிஞரையும், ஹர்ஷவர்த்தனரையும் கொலை செய்ய நடந்த முயற்சிகள், ஹர்ஷவர்த்தனரால் முறியடிக்கப்பட்டது. இவர் தனது ஆட்சி காலத்தில் 6 முறை

தனது கஜானாவைக் காலி செய்து ஏழை எளியோர்களுக்கு பகிர்ந்தளித்தார்.

பால அரசர்கள்: கி.பி. 750-1120

கோபாலா , தர்மபாலா, தேவபாலா, விக்கிரம பாலா, மகாபாலா, ராமாபாலா ஆகிய குறிப்பிடத்தக்க பால் அரசர்கள் வங்காளம் பீகார் ஆகிய பகுதிகளை

ஆட்சி எல்லையாகக் கொண்டு ஆண்டனர். பால அரசர்கள் அனைவருமே பௌத்த தர்மபடி ஆட்சி நடத்தினர். இவர்கள் காலத்தில் நாளந்தா விக்கிரமசீலா ஆகிய இடங்களில் பல்கலைக்கழகங்கள் நடத்தப்பட்டன. உடந்தபுரி மடலாயம் சிறப்பாகச் செயல்பட்டது. பால் அரசர்களில் கடைசி அரசர் கோவிந்த பாலா என்பவர், துருக்கிய படையெடுப்பில் பால் அரசு முடிவுக்கு வந்தது.

எடுத்தாளப்பட்ட நூல்கள்

1. புத்திஸ்ட் ஆண்டியிட்டிஸ் (பௌத்த பழமைகள்) முதன்மை கமிஷனர் சென்னை மியூசியம் (1998 வெளியீடு)

2. 2500 இயர்ஸ் ஆப் புத்திஸம் (2500 ஆண்டு பழமை வாய்ந்த பௌத்தம்) திரு பி. வி. பபத்

3. புத்த தம்மம்- டாக்டர் எஸ். ஏ. எதிரி வீரா

4. அ) பௌத்த தத்துவியல்
   ஆ) வால்காவிலிருந்து கங்கை வரை

   திரு ராகுல சாங்கிருத்தியாயன்

5. பத்திரிக்கை செய்தி

   திரு இராமசந்திரன் காப்பாட்சியர் கொற்கை மியூசியம்

6. 1978ல் அமெரிக்கன் கல்லூரி பேராசிரியர் திரு மோசஸ் பொன்னையா எழுதிய குறிப்புகள்

7. கட்டுரைகள்

   திரு வி. தனராஜ் பொறியாளர் மின்சார வாரியம் (ஓய்வு)

8. பௌத்த பிட்சுகளின் உரைகள் - கட்டுரைகள்

   பிக்கு உடுவன இரத்தின பாலா, பௌத்த ஆராய்ச்சி நூலகம் இலங்கை.

9. கல்வெட்டு பக்கம் 17- 24 தமிழ் நாடு அரசு தொல் பொருள் ஆய்வுத்துறை ஆகஸ்டு திங்கள் வெளியீடு

10. லீகஸி ஆப் புத்தா திருமதி. சங்கமித்ர சர்மா

www.ingramcontent.com/pod-product-compliance
Lightning Source LLC
LaVergne TN
LVHW060125051026
849517LV00007B/2405
* 9 7 8 9 3 9 1 4 8 0 3 6 3 *